ഒരഴിഞ്ഞാട്ടക്കാരന്റെ ആത്മഗതങ്ങൾ

orazhinjattakkarante athmagadhangal
stories

•

t k sankaranarayanan

•

first edition
march 2019

•

published
chintha publishers, thiruvananthapuram

•

typesetting
star communications, thiruvananthapuram

•

cover
venki

വിതരണം

ദേശാഭിമാനി ബുക്ക് ഹൗസ്

H O തിരുവനന്തപുരം-695 035
phone: 0471-2303026, 6063026
www.chinthapublishers.com
chinthapublishers@gmail.com

ബ്രാഞ്ചുകൾ

ഹെഡ്ഡാഫീസ് ബ്രാഞ്ച് കുന്നുകുഴി • സ്റ്റാച്യു തിരുവനന്തപുരം • കെ എസ് ആർ ടി സി ബസ് സ്റ്റേഷൻ ആലപ്പുഴ • കെ എസ് ആർ ടി സി ബസ് സ്റ്റേഷൻ എറണാകുളം • മച്ചിങ്ങൽ ലെയ്ൻ തൃശൂർ • ഐ ജി റോഡ് കോഴിക്കോട് • മാവൂർ റോഡ് കോഴിക്കോട് • എൻ ജി ഒ യൂണിയൻ ബിൽഡിങ് കണ്ണൂർ • സെൻട്രൽ ബസ് ടെർമിനൽ കോംപ്ലക്സ് താവക്കര കണ്ണൂർ

CO - 2756 / 4952
ISBN - 978-93-88485-29-6

ഒരഴിഞ്ഞാട്ടക്കാരന്റെ ആത്മഗതങ്ങൾ

(കഥകൾ)

ടി കെ ശങ്കരനാരായണൻ

ചിന്ത പബ്ലിഷേഴ്സ്
തിരുവനന്തപുരം-695 035

ടി കെ ശങ്കരനാരായണൻ

1963 ൽ പാലക്കാട് ജനനം. വിക്ടോറിയ കോളേജിൽനിന്ന് ഇംഗ്ലീഷ്സാഹിത്യത്തിൽ ബിരുദം. തഞ്ചാവൂർ ശാസ്ത്ര സർവ്വകലാശാലയിൽനിന്ന് ജ്യോതിഷത്തിൽ ബിരുദാനന്തര ബിരുദം. അമേരിക്കൻ ആസ്ഥാനമായ ഒരു മരുന്ന് കമ്പനി യിൽ 27 വർഷം മെഡിക്കൽ റെപ്രസന്റേറ്റീവായി ജോലിചെയ്തു.

തെരഞ്ഞെടുത്ത കഥകൾ ഉൾപ്പെടെ പത്തു സമാഹാരങ്ങൾ, 3 നോവലുകൾ, രണ്ടു നോവലെറ്റ് സമാഹാരം എന്നിവ പ്രസിദ്ധീകൃതമായ കൃതികൾ. *ശവുണ്ഡി* എന്ന നോവൽ എല്ലാ ദക്ഷിണേന്ത്യൻ ഭാഷകളിലേക്കും വിവർത്തനം ചെയ്യ പ്പെട്ടു.

മികച്ച കഥാസമാഹാരത്തിനുള്ള ആലപ്പുഴ റൈറ്റേഴ്സ് ഫോറത്തിന്റെ 2013 ലെ കഥാപീഠം അവാർഡ്, 2016 ൽ *ഫാർമ മാർക്കറ്റ്* എന്ന നോവലിന് മുണ്ടൂർ കൃഷ്ണൻകുട്ടി സ്മാരക പുരസ്കാരം, സൃഷ്ടി നോവൽ അവാർഡ് എന്നിവ ലഭിച്ചു.

ഭാര്യ : നിർമ്മല
മകൻ : നവനീത്
വിലാസം : പ്രയാഗ, പ്രശാന്ത് നഗർ
അംബികാപുരം, പാലക്കാട്-11
മൊബൈൽ : 9495250534
email : tksanku9@gmail.com

ഉള്ളടക്കം

പ്രസാധകക്കുറിപ്പ്

സർവ്വസാധാരണമായ ജീവിതസന്ദർഭങ്ങളിൽനിന്നും അപൂർവ്വ സുന്ദരങ്ങളായ കഥകൾ മെനഞ്ഞെടുക്കാൻ കഴിയുന്ന എഴുത്തുകാരനാണ് ടി കെ ശങ്കരനാരായണൻ. വായനക്കാർ എഴുത്തിനപ്പുറത്തേക്കു സഞ്ചരിക്കുമ്പോഴാണ് കഥാകാരൻ ദാർശനികതലങ്ങളെ സ്പർശിക്കുന്നവനാകുന്നത്. *ഒരഴിഞ്ഞാട്ടക്കാരന്റെ ആത്മഗതങ്ങൾ* യഥാർത്ഥത്തിൽ നമ്മുടെയെല്ലാം ആത്മഗതങ്ങളാണ്. സ്വകാര്യതയിൽ ആരാണ് അഴിഞ്ഞാട്ടക്കാരനല്ലാത്തത്? അല്ലെങ്കിൽ എന്താണീ അഴിഞ്ഞാട്ടം? സമൂഹത്തിന്റെ വളർച്ചയും തജ്ജന്യമായ സങ്കീർണ്ണതകളും വ്യക്തിയിലുണ്ടാക്കുന്ന സംഘർഷങ്ങളുമാണ് പല കഥകളിലും പ്രമേയമായി വരുന്നത്. അപൂർവ്വ സുന്ദരങ്ങളായ പതിനാല് കഥകളാണീ സമാഹാരത്തിൽ ഉൾപ്പെടുത്തിയിട്ടുള്ളത്.

ചിന്ത പബ്ലിഷേഴ്സ്

മാരിയപ്പൻ

"നമ്മൾ അകത്തു പ്രവേശിച്ചു കഴിഞ്ഞു," പുതിയൊരു ലോകത്ത് എത്തിപ്പെട്ടതിന്റെ അമ്പരപ്പിൽ അന്തം മാറാതെ നില്ക്കുമ്പോൾ മാരിയപ്പന്റെ മുഖം പെട്ടെന്ന് വിടർന്നു വികസിച്ചു. "ഇതാണ് വെൽക്യുവർ സൂപ്പർ സ്പെഷാലിറ്റി കാൻസർ ഹോസ്പിറ്റൽ..."

ആകാശംപോലെ പടർന്നു നില്ക്കുന്ന ആശുപത്രി കണ്ട് രാശമ്മാളും സുബ്രഹ്മണിയും ആദ്യം ഒന്നു ഭയന്നു. പിന്നെ അവർ മാരിയപ്പന്റെ മലയാളത്തെക്കുറിച്ച് ആലോചിച്ചു. തമിഴ്നാട്ടിൽ ജനിച്ചു വളർന്ന തമിഴനായ ഇയാൾ എങ്ങനെയാണ് ഇത്ര നന്നായി മലയാളം സംസാരിക്കുന്നത്?

"മലയാളത്തുസാരോട് മലയാളം... തമിഴന്മാരോട് തമിഴ്... അതാണ് എന്റെയൊരു ലൈൻ," മാരിയപ്പൻ മനസ്സു തുറന്നു. "അല്ലാതെ നിങ്ങളെപ്പോലെ തലയാളമല്ല..."

തലയാളം?

"തമിഴുമല്ല മലയാളവുമല്ല എന്നൊരു ഭാഷ... അതല്ലേ നിങ്ങളുടെ രീതി..."

ശരിയാണ്. ഇരുഭാഷകളും ഇടതടവില്ലാതെ കലരും. ഇതിനെക്കുറിച്ചൊക്കെ പക്ഷേ, ഇയാൾക്കെങ്ങനെ ഇത്ര ബോദ്ധ്യം?

"ഇവിടുത്തെ പേഷ്യൻസിൽ ഭൂരിഭാഗവും നിങ്ങളുടെ നാട്ടുകാരാണ്... അതുകൊണ്ട് മലയാളം എനിക്ക് പഴകി...."

മെഡിക്കൽ കോളേജിലെ ഡോക്ടർ പവിത്രനാണ് വെൽക്യുവറിന്റെ പേര് നിർദ്ദേശിച്ചത്. അമേരിക്കയിലെ ഒര വലിയ ആശുപത്രി ശൃംഖലയുടെ സംരംഭം. ലോകമൊട്ടാകെ അവർ പൊട്ടിമുളച്ചു കഴിഞ്ഞു. തമിഴ്നാട്ടിൽ കോയമ്പത്തൂരിലെ കുരുടൻപാളയം പഞ്ചായത്തിലാണ് അവർക്ക് നറുക്ക് വീണത്. പതിനേഴേക്കർ സ്ഥലത്ത് എല്ലാ ആധുനിക സൗകര്യങ്ങളോടും കൂടിയ അർബ്ബുദ ചികിത്സാകേന്ദ്രം.

മൂന്നു മാസം മുമ്പ് വലതു കാല്പാദത്തിൽ ഒരു നുള്ള് രക്തം കണ്ടു. 73-ാമത്തെ വയസ്സിൽ അങ്ങനെ കാണാൻ പാടില്ലാത്തതാണ്. തുടർന്നും അതാവർത്തിച്ചു. ഡോക്ടർ പവിത്രൻ നിർദ്ദേശിച്ചതുപോലെ ആദ്യം ഡി ആന്റ് സി. ബയോപ്സി ഫലം വന്നപ്പോൾ ഗർഭാശയത്തിൽ വില്ലൻ! നീക്കം ചെയ്ത ഗർഭാശയത്തിന്റെ പാത്തോളജി ഫലം വന്നപ്പോൾ അകത്ത് അല്പം വേരുകൾ പിന്നെയും ബാക്കി. അത് മറ്റു ഭാഗങ്ങളിലേക്ക് വ്യാപിച്ചാൽ പ്രശ്നമാണ്. റേഡിയേഷൻ മാത്രമാണ് അതിനുള്ള ചികിത്സാ വിധി. തുടർന്ന് ഡോക്ടർ വെൽക്യുവർ ആശുപത്രിയുടെ അപദാനങ്ങളെ പുകഴ്ത്തി.

ആലോചിച്ചപ്പോൾ അതാണ് സൗകര്യം. ശരവണംപട്ടിയിൽ ലീലാത്തയുണ്ട്. എല്ലാ വർഷവും കല്പാത്തിത്തേരിന് വരുമ്പോൾ അവർ വീട്ടിലാണ് താമസം. ഓരോ തവണ വന്നു മടങ്ങുമ്പോഴും പ്രത്യേകം ക്ഷണിക്കും. ഇപ്പോൾ ഇങ്ങനെയൊരത്യാവശ്യം വരുമ്പോൾ അവിടെയല്ലാതെ മറ്റെവിടെച്ചെന്നാണ് കരപറ്റുക? അറിയിച്ചപ്പോൾ അവർ സന്തോഷത്തോടെ വരവേറ്റു.

"എല്ലാം കടവുൾ നിശ്ചയം," അവർ കണ്ണടച്ചു കൈകൂപ്പി. "നമ്മ പക്കത്തു വീട്ട് മാരിയപ്പനുക്ക് അന്ത ആസ്പത്രീല് താൻ വേലയ്... നല്ല മാതിരി... അവൻ ഹെൽപ് പണ്ണുവൻ...."

വെൽക്യുവർ ആശുപത്രിയിൽ എന്തു ജോലി എന്ന അന്വേഷണത്തിന് മാരിയപ്പൻ കൃത്യമായ മറുപടി പറഞ്ഞില്ല. ആശുപത്രിയുമായി നല്ല ബന്ധമാണെന്നും എന്തു കാര്യങ്ങളും പെട്ടെന്ന് നടത്തിത്തരാൻ കഴിയുമെന്നും അവകാശപ്പെട്ടു.

"ഡോക്ടർ പവിത്രന്റെ റെഫറൻസല്ലേ?"

മാരിയപ്പൻ ചോദിച്ചപ്പോൾ അതിശയമാണ് തോന്നിയത്. ഡോക്ടർ പവിത്രന് ഇയാളെ എങ്ങനെയറിയാം?

"ഇതാണ് ഇവിടുത്തെ കാർ പാർക്കിങ്," കോൾ ടാക്സിയെ പറഞ്ഞയച്ചു കഴിഞ്ഞപ്പോൾ പടിഞ്ഞാറു വശത്ത് കെട്ടിയുയർത്തിയ ഭീമൻ ഷെഡ്ഡിലേക്ക് വിരൽ ചൂണ്ടി മാരിയപ്പൻ പറഞ്ഞു. "വെർട്ടിക്കൽ പാർക്കിങ്... ഒരു ആസ്ത്രേലിയൻ കമ്പനിയാണ് ഇത് ഇൻസ്റ്റാൾ ചെയ്തത്..."

നോക്കുമ്പോൾ ഡോർമെട്രി പോലെ ഒരു സെറ്റപ്പ്. താഴത്തെ വരിയിൽ പാർക്ക് ചെയ്യുന്ന കാർ ഒരു സ്വിച്ചമർത്തിയാൽ മുകളിലേക്ക് പോകുന്നു. ആ സ്ഥലത്ത് മറ്റൊരു പ്ലാറ്റ് ഫോം നീങ്ങി വന്നു നില്ക്കുന്നു. മുകളിലേക്കും ഇരുവശങ്ങളിലേക്കും റിമോട്ട് ഉപയോഗിച്ച് നീക്കാൻ കഴിയുന്ന ഒരേർപ്പാട്. എത്ര കാറുകളെയും ഒരേ വരിയിൽ ഒതുക്കി നിർത്താൻ പറ്റുന്ന സംവിധാനം. വിദേശിയുടെ ബുദ്ധി! അതിപ്പോൾ കുരുടൻപാളയം അർബ്ബുദചികിത്സാ കേന്ദ്രത്തെ അനുഗ്രഹിച്ചിരിക്കുന്നു.

"ഇനിയുള്ള കാലം എല്ലാ പുരോഗതിയും വെർട്ടിക്കലായിരിക്കും," വരാൻ പോകുന്ന ഒരു ലോകക്രമത്തെ മുൻകൂട്ടി കണ്ടിട്ടെന്നപോലെ മാരിയപ്പൻ പറഞ്ഞു. "ഹൊറിസോണ്ടലായി നമുക്കിനി വളരാൻ കഴിയില്ല.. ഭൂമിയിൽ ഇത്രയല്ലേയുള്ളൂ സ്ഥലം..."

രാശമ്മാളും സുബ്രഹ്മണിയും ആശുപത്രി സമുച്ചയത്തെ ആകെ മൊത്തം ഒന്നു നോക്കി. കണ്ണുകൊണ്ട് അളന്നെടുക്കാൻ കഴിയാത്ത വിധം പുതിയ ബ്ലോക്കുകൾ ഉയിർത്തെഴുന്നേറ്റു നില്ക്കുന്നു. സ്ഥലം പോരാഞ്ഞിട്ട് മുകളിലേക്ക് മുഖം നീട്ടുന്നു. ദക്ഷിണേന്ത്യൻ ഉത്തരേന്ത്യൻ വിഭവങ്ങൾ പ്രത്യേകം പ്രത്യേകം ലഭിക്കുന്ന രണ്ടു ഹോട്ടലുകൾ, കുട്ടികൾക്ക് കളിക്കാൻ പ്ലേ ഏരിയ, സ്റ്റീം ബാത്ത് സൗകര്യമുള്ള ജിംനേഷ്യം, മാർബിളിൽ പണിത പ്രാർത്ഥനാലയം... സുബ്രഹ്മണിക്ക് ഒരു നിമിഷം ആശങ്കയായി. ഈ ആശുപത്രിയെ താങ്ങാൻ തന്റെ കീശയ്ക്ക് കഴിയുമോ?

"നിങ്ങൾ വിചാരിക്കുന്നതുപോലെ ഈ ഹോസ്പിറ്റൽ അത്ര ചെലവുള്ളതല്ല," സുബ്രഹ്മണിയുടെ മനസ്സ് വായിച്ചിട്ടെന്ന പോലെ മാരിയപ്പൻ പറഞ്ഞു. "സർവ്വീസ് ആണ് ഇവരുടെ ഗോൾ... ആ സന്ദേശമാണ് അവർ ലോകമെമ്പാടും പ്രചരിപ്പിക്കാൻ ശ്രമിക്കുന്നത്... ചികിത്സ കഴിഞ്ഞ് മടങ്ങുമ്പോഴേക്കും നിങ്ങൾക്കത് മനസ്സിലാവും..."

ഒരിളം കാറ്റു വീശിയാൽ എന്നപോലെ സുബ്രഹ്മണി തണുത്തു. വിധവ പെൻഷൻ ചേർത്തു വെച്ചതിന്റെ മിച്ചം, പോസ്റ്റ് ഓഫീസിലെ ആർഡി, തന്റെ കൈയിലെ ഇത്തിരി സമ്പാദ്യം, ശ്യാമള അയച്ചു കൊടുത്ത പതിനായിരം, മുംബൈയിലെ മൂർത്തിയണ്ണ അയച്ച അയ്യായിരം... എല്ലാം ചേർത്തു വെച്ചപ്പോൾ കഷ്ടിച്ച് അഞ്ചക്കമുണ്ട്. അതു മതിയാവും എന്ന ധൈര്യത്തിലാണ് വെൽക്യുവറിലേക്ക് വെച്ചു പിടിച്ചത്.

"വരൂ....," മാരിയപ്പൻ രാശമ്മാളെ കൈ പിടിച്ച് ഡോക്ടർ ചേംബറിന്റെ മുൻവശത്ത് കാണുന്ന ചെയറുകളിലൊന്നിൽ കൊണ്ടിരുത്തി. "13 ആണ് നമ്മുടെ ടോക്കൺ നമ്പർ..."

തങ്ങളുടെ ശ്രദ്ധ തെറ്റിയ ഏതു നിമിഷത്തിലാണ് ഇയാൾ ടോക്കണെടുത്തത്?

"അതൊക്കെ ഞാൻ ഓൺലൈനായി ബുക്ക് ചെയ്തു....," മാരിയപ്പൻ തന്റെ കൈയിലെ ഗാലക്സി ജെ 5 ഉയർത്തിക്കാണിച്ചു. "ഇതൊക്കെയല്ലേ ഇവന്മാരെക്കൊണ്ടുള്ള സൗകര്യം..."

തനിക്കിപ്പോഴും സ്വന്തമായി ഒരു സ്മാർട്ട് ഫോണില്ല. അതിന്റെ ആവശ്യമുണ്ടെന്ന് തോന്നിയിട്ടില്ല. കാര്യങ്ങൾ കഴിയാൻ നോക്കിയയുടെ ബേസ് മോഡൽ മതി. നിറം മങ്ങിത്തുടങ്ങിയ തന്റെ സെൽഫോൺ സുബ്രഹ്മണി വെറുതെ ഒന്നു ഞെക്കി നോക്കി.

"ഈ ആശുപത്രിയിൽ സൗജന്യ വൈഫൈ ഉണ്ട്," മാരിയപ്പൻ തന്റെ മൊബൈൽ അയാൾക്ക് നീട്ടി. "വേണമെങ്കിൽ നിങ്ങൾക്കിതുപയോഗിക്കാം..."

സാധാരണ സെൽ കൊണ്ടു തന്നെ കമ്പനിയുടെ ശല്യം സഹിക്കാൻ പറ്റുന്നില്ല. പത്തും ഇരുപതും സന്ദേശങ്ങളാണ് പല രൂപത്തിൽ നിത്യവും തൊയിരം കൊടുത്തുന്നത്. സ്മാർട്ട് ഫോണും കൂടിയുണ്ടെങ്കിൽ പിന്നെ പറയാനുണ്ടോ? അതവിടെ നില്ക്കട്ടെ. മാരിയപ്പൻ നിങ്ങളെന്തിനാണ് ഇത്രയും ഉദാരനാവുന്നത്?

"ഒരു സർവ്വീസ്... അത്രേയുള്ളൂ..."

അയാൾ സുബ്രഹ്മണിയുടെ തോളിൽ തൂങ്ങിക്കിടക്കുന്ന തുണി സഞ്ചിയെടുത്തു.

"എല്ലാ റിപ്പോർട്ടുകളും ഇതിലില്ലേ?"

"ഉണ്ട്.."

രാശമ്മാൾ ക്ഷീണത്തിൽ ഒന്നു ചാരിയിരുന്നു. രക്തസമ്മർദ്ദവും പ്രമേഹവും കൂട്ടുകൂടിയിട്ട് കാൽ നൂറ്റാണ്ടിലധികമായി. ഉറക്കക്കുറവ് എന്നൊരു പുതിയ ചങ്ങാതിയും ഈയിടെയായി ഒപ്പമുണ്ട്. അതു കൊണ്ടാവാം ഇടയ്ക്കിടെ തല ചുറ്റുന്നു. അല്പം ചാരിക്കിടന്നാൽ ആശ്വാസം. എങ്ങോട്ടോ പോയ മാരിയപ്പൻ കൈയിൽ ഇളനീരുമായി മുന്നിലെത്തി.

"കുടിയുങ്കോ," അയാൾ നനുത്ത കുടിക്കുഴൽ രാശമ്മാളിന്റെ ചുണ്ടിലേക്ക് വെച്ചു. "ഇതു കുടിച്ചാൽ ക്ഷീണം പമ്പ കടക്കും..."

ആരാണ് ഇളനീർ ആവശ്യപ്പെട്ടത്?

"റേഡിയേഷൻ രോഗികൾക്ക് ഇളനീർ സൗജന്യമാണ്...."

സേവന മനോഭാവമുള്ള ആശുപത്രി എന്ന് മനസ്സിൽ വിചാരിച്ചു. എങ്കിലും ഇക്കാലത്ത് ഇളനീർ സൗജന്യമായി കൊടുത്തു മുതലാവുമോ?

മാരിയപ്പൻ റിപ്പോർട്ടുകൾ ഓരോന്നായി എടുത്ത് ക്രമത്തിൽ അടുക്കി വെച്ചു. ഏഴാമത്തെ രോഗി അകത്തു വരണമെന്ന് ഡിജിറ്റൽ സ്ക്രീനിൽ മുന്നറിയിപ്പുണ്ടായി. ഇനി ആറുപേർ കൂടി കഴിയണമല്ലോ തന്റെ ഊഴത്തിനെന്ന് രാശമ്മാൾ ചുവരിലെ വാച്ച് നോക്കി.

"ഇതിൽ ഒരു ബ്ലഡ് റിപ്പോർട്ട് കാണുന്നില്ലല്ലോ..."

മാരിയപ്പൻ ഏതോ രക്തപരിശോധനയുടെ പേരു പറഞ്ഞു. സർജറി ചെയ്ത ആശുപത്രിയിൽ അതു ചെയ്തിട്ടുണ്ടോ എന്ന് സുബ്രഹ്മണി ഓർത്തു നോക്കി.

" ചെയ്തിട്ടില്ല," മാരിയപ്പൻ എഴുന്നേറ്റു. "ചെയ്തിരുന്നെങ്കിൽ ഇതിലുണ്ടാവണമായിരുന്നല്ലോ..."

അയാൾ രാശമ്മാളെ കൈ പിടിച്ചെഴുന്നേല്പിച്ച് രക്തം പരിശോധിക്കുന്ന സ്ഥലത്തേക്ക് നടത്തിക്കൊണ്ടുപോയി. ആരാണ് അതു തീരുമാനിക്കേണ്ട ആൾ? ആരാണ് ഡോക്ടർ? അപ്പോഴേക്കും മാരിയപ്പൻ രാശമ്മാളുടെ രക്തമെടുപ്പിച്ചു കഴിഞ്ഞിരുന്നു. തിരിച്ച് കസാലയിൽ കൊണ്ടിരുത്തുമ്പോൾ പറഞ്ഞു.

"ഡോക്ടർ എന്തെല്ലാം റിപ്പോർട്ടുകൾ ആവശ്യപ്പെടുമെന്ന് എനിക്കറിയാം..."

"എത്രയായി?," സുബ്രഹ്മണി പേഴ്സിൽ കൈയിട്ടു.

"അതൊക്കെ അവസാനം സെറ്റിൽ ചെയ്യാം..."

രോഗികൾക്ക് വിശ്രമിക്കാൻ ഒഴിച്ചിട്ടിരിക്കുന്ന കോലായ പോലുള്ള സ്ഥലത്തെ ഇരിപ്പിടങ്ങളിലേക്ക് മൊട്ടയടിച്ച നാലഞ്ചു സ്ത്രീകൾ കടന്നു വന്നു. അവരുടെ വെട്ടിത്തിളങ്ങുന്ന തല കണ്ട് രാശമ്മാൾ ഒന്നു ഭയന്നു.

"ഇതിൽ പേടിക്കാനൊന്നുമില്ല," മാരിയപ്പൻ ഇടപെട്ടു. "ട്രീറ്റ്മെന്റ് കഴിഞ്ഞ് ഒരു വർഷത്തിനുള്ളിൽ എല്ലാം പഴയ പോലാകും..."

രാശമ്മാൾ നരച്ച് ശുഷ്കിച്ച തന്റെ തലമുടി വെറുതെ ഒന്നു തടവി.

"നേർച്ചയുടെ ഭാഗമായി എത്ര പേർ പഴനിയിലും തിരുപ്പതിയിലും പോയി മൊട്ടയടിക്കുന്നു... അതു പോലെ വിചാരിച്ചാൽ മതി..."

അതുപോലെയാണോ ഒരു ചികിത്സയുടെ പാർശ്വഫലം?

ഡിജിറ്റൽ സ്ക്രീൻ കണ്ണു തുറന്നപ്പോൾ ഒമ്പതാമത്തെ രോഗി എഴുന്നേറ്റു.

സുബ്രഹ്മണിയെവിടെ എന്ന് രാശമ്മാൾ തിരഞ്ഞു. പുറത്ത് ഒരു വേപ്പു മരച്ചുവട്ടിൽ അയാൾ ആരോടോ ചൂടെടുത്ത് സംസാരിക്കുന്നതു കണ്ടു. മാസാവസാനം സുബ്രഹ്മണിക്ക് ഇങ്ങനെയൊരു ഭ്രാന്ത് പിടിക്കുന്നത് കുറേക്കാലമായി കാണുന്നു. ക്ലോസിങ്ങിന്റെ തിരക്കാണെന്നാണ് അവൻ പറയുന്നത്. അതിന്റെ അർത്ഥമെന്തെന്ന് രാശമ്മാൾക്ക് ഇനിയും മനസ്സിലായിട്ടില്ല.

"ദാ... ഇവരോട് ചോദിച്ചാൽ കൃത്യമായി പറഞ്ഞു തരും..."

വരാന്തയിൽ തോൾബാഗും ചുമന്ന് നില്ക്കുന്ന മെഡിക്കൽ റെപ്രസെന്റേറ്റീവ്മാരിലേക്ക് മാരിയപ്പൻ മുഖം ചൂണ്ടി. അവർ നാലഞ്ചു പേരുണ്ടായിരുന്നു. ഒമ്പതാം നമ്പർ രോഗി പുറത്തു വന്നതും അവർ ഒരുമിച്ച് അകത്തു കയറുമോ എന്ന് രാശമ്മാൾ ആശങ്കപ്പെട്ടു. ചിലർ ഒരുപാട് സമയമെടുക്കും. തിരക്കുകൂട്ടുന്ന രോഗികൾക്കും മെഡിക്കൽ റെപ്പുകൾ ഒരുപോലെ തലവലിയാണെന്ന് പലരും പറഞ്ഞുകേട്ടിട്ടുണ്ട്. രോഗിയുടെ വേഷത്തിൽ ഇരിക്കുമ്പോൾ അത് കൂടുതൽ ബോദ്ധ്യമാവുന്നു.

"പേടിക്കണ്ട," മാരിയപ്പൻ ഇടപെട്ടു. "ഈ ആശുപത്രിയിൽ നല്ല സിസ്റ്റമാണ്... മെഡിക്കൽ റെപ്പുമാർക്കും ടോക്കണുണ്ട്..."

അപ്പോഴേക്കും സുബ്രഹ്മണി തിരിച്ചെത്തി.

"ഇതിൽ ചില റിപ്പോർട്ടുകൾ ഫോട്ടോകോപ്പിയെടുക്കണം..."

മാരിയപ്പൻ മൂന്നു റിപ്പോർട്ടുകൾ എടുത്ത് അതിന്റെ മുകൾ ഭാഗത്ത് പെൻസിൽകൊണ്ട് മാർക്ക് ചെയ്തു. ഇതെല്ലാം ഇയാൾക്കെങ്ങനെ ഇത്ര കൃത്യമായി അറിയും എന്ന് മനസ്സിൽ വിചാരിച്ചതേയുള്ളൂ. അപ്പോഴേക്കും വിശദീകരണം വന്നു.

"ഡോക്ടർ ഇതിന്റെയെല്ലാം രണ്ടു കോപ്പികൾ ആവശ്യപ്പെടും... എനിക്കറിയാം..."

ഫോട്ടോസ്റ്റാറ്റ് കടയിലേക്ക് എത്ര ദൂരമുണ്ടോ ആവോ?

"ഇവിടെത്തന്നെയുണ്ട്," മാരിയപ്പൻ കണ്ണുകൊണ്ട് വഴി കാണിച്ചു. "ഒരു കോപ്പിക്ക് അഞ്ചുരൂപയാണെന്നു മാത്രം..."

ആശുപത്രിക്കുള്ളിൽത്തന്നെ ഒരു ഫോട്ടോസ്റ്റാറ്റ് സംവിധാനം സുബ്രഹ്മണി ആദ്യമായി കാണുകയായിരുന്നു.

പിറകിൽ ആരോ ശബ്ദിക്കുന്നതുപോലെ തോന്നി. രാശമ്മാൾ തിരിഞ്ഞു നോക്കുമ്പോൾ വയസ്സായ ഒരാൾ വീൽച്ചെയറിൽ ഇരുന്ന് ഛർദ്ദിക്കാൻ ശ്രമിക്കുന്നു. ഒരു പ്രത്യേക ശബ്ദത്തിൽ വായു മാത്രമാണ് പുറത്തു വരുന്നത്. കൂടെ നില്ക്കുന്ന ബൈസ്റ്റാൻഡർ വൃദ്ധന്റെ മാറിലും ചുമലിലും തടവി ആശ്വസിപ്പിക്കുന്നു. എന്തായിരിക്കാം?

"അമ്മ പേടിക്കേണ്ട," മാരിയപ്പൻ രാശമ്മാളുടെ തോളിൽ തൊട്ടു.

“ഇത് കീമോ കഴിഞ്ഞതിന്റെ ഇഫക്ടാണ്... അമ്മയ്ക്ക് ഇതില്ല... കതിർവീഴ്ച് മാത്രമേയുള്ളു....”

കതിർവീഴ്ച്?

“റേഡിയേഷന് പറയുന്ന തമിഴ് വാക്ക്...”

പാത്തോളജി റിസൾട്ട് വന്നപ്പോൾ സ്റ്റേജ് 1 ബി എന്നാണ് കണ്ടത്. വില്ലൻ വല്ലാതെ വേരോട്ടം നടത്തിയിട്ടില്ല. അതിരുകൾ കടന്ന് ആഴത്തിൽ നുഴയുമ്പോൾ മാത്രമേ കീമോ വേണ്ടി വരൂ എന്ന് മാരിയപ്പൻ അറിവ് പങ്കുവെച്ചു. ഡോക്ടർ പവിത്രനും അതു പറഞ്ഞിരുന്നു. കീമോവിന്റെ പാർശ്വഫലങ്ങൾ അല്പം കടുത്തതായിരിക്കും. ഭാഗ്യം, നിങ്ങൾക്കത് വേണ്ടി വരില്ല.

സാവിത്രിക്ക് അഡയാർ ക്യാൻസർ ഇൻസ്റ്റിറ്റ്യൂട്ടിലായിരുന്നു കീമോ. കാൽമുട്ടോളം കറുത്തു കിടന്ന അഴകു കണ്ട് ആരെല്ലാം അസൂയപ്പെട്ടുവോ ആവോ? നടക്കുമ്പോൾ ചന്തിയുടെ താളത്തിനൊത്ത് തലമുടിയും ആടുമായിരുന്നു. ചികിത്സ കഴിഞ്ഞ് വരുമ്പോൾ അവർക്ക് ധരിക്കാൻ രഘു വണ്ണ പ്രത്യേകം പരുത്തിത്തൊപ്പി തയ്പിച്ചു വെച്ചിരുന്നു.

“റേഡിയേഷന് അല്പം ക്ഷീണമുണ്ടാവും...മൂത്രമൊഴിക്കുന്ന ഭാഗത്ത് ഒരു പുകച്ചിൽ... കതിർ വീഴുന്ന ദിക്കിൽ ഒരു ചൊറിച്ചിൽ... അവിടവിടെ കറുത്ത പാടുകൾ.. ചിലപ്പോൾ മലം മുറുകൽ... അത്രേയുള്ളു...“

ഇത്രയും പോരെ?

“ആട്ടെ... സ്ത്രീകളായിട്ട് ആരും സഹായത്തിനില്ലേ?” മാരിയപ്പൻ രാശമ്മാളോട് അന്വേഷിച്ചു. “മകളോ മറ്റോ..”

ശ്യാമളയും ഗൗരിയും മക്കൾ. ഭർത്താവിന്റെ ജോലിത്തിരക്ക് പറഞ്ഞ് ശ്യാമള തടിയൂരി. സമാധാനത്തിന് പതിനായിരം അയച്ചു. ഗൗരിക്ക് കുട്ടികളുടെ സ്കൂൾ മുടക്കാൻ കഴിയില്ലത്രെ. എപ്പോഴും ആശ്രയം സുബ്രഹ്മണി തന്നെ.

“മകന്റെ ഭാര്യ?”

നല്ല കമ്പനിയിൽ ജോലിയില്ലാത്തതുകൊണ്ടോ അതോ ജാതകദോഷമോ അവനിതുവരെയും കല്യാണഭാഗ്യം ഉണ്ടായിട്ടില്ല. പെൺകുട്ടികൾ വലിയ ഡിമാന്റുകൾ വെക്കുന്ന കാലം. സുബ്രഹ്മണിക്ക് എന്തോ താല്പര്യവുമില്ല.

പതിനൊന്നാമത്തെ രോഗി അകത്തു കടക്കുമ്പോഴേക്കും നല്ല വിശപ്പു തുടങ്ങി. കുറച്ച് തൈരുശാതം പൊതി കെട്ടി തരട്ടേയെന്ന് കാലത്തിറങ്ങുമ്പോൾ ലീലാത്ത ചോദിച്ചിരുന്നു. ബുദ്ധിമുട്ടിക്കേണ്ടല്ലോ എന്നു കരുതി.

“ആശുപത്രിയുടെ അകത്തു തന്നെ ഫ്രൂട്ട് കോർണർ ഉണ്ട്... ഒരാപ്പിൾ കഴിക്കാം...”

സുബ്രഹ്മണിയോട് ഒരാപ്പിൾ വാങ്ങി വരാൻ മാരിയപ്പൻ നിർദ്ദേശം കൊടുത്തു. കൈയിൽ പാൽക്കുടമേന്തിയ ഒരു സംഘം ആളുകൾ പെട്ടെന്ന് വരാന്തയിലൂടെ എന്തോ ജപിച്ചുകൊണ്ട് വേഗത്തിൽ പോകുന്നതു കണ്ടു. എല്ലാവരുടെ കഴുത്തിലും ഒരേ തരത്തിലുള്ള തുളസിമാ

ലയും അതിന്റെ അറ്റത്ത് ഏതോ ഒരാളുടെ ഫോട്ടോവും. അവർ കോണിപ്പടി കയറി മുകളിലെ ബ്ലോക്കിനു മുന്നിലെ ഒരു മുറിക്കു മുന്നിൽ നിലയുറപ്പിച്ചു. അവർ ഉച്ചത്തിൽ ഉരുവിടുന്ന സ്ത്രോത്രങ്ങൾ ആശുപത്രി അന്തരീക്ഷത്തിൽ അലോസരമുണ്ടാക്കി.

"ആ മുറിയിൽ മിനിസ്റ്ററാണ് കിടക്കുന്നത്," മാരിയപ്പൻ അറിയിച്ചു. "പ്രോസ്റ്റേറ്റ് ക്യാൻസർ... അല്പം ക്രിട്ടിക്കൽ..."

അതിനാണോ ഈ ബഹളം?

"അവരുടെ കക്ഷിയാണ് ഭരിക്കുന്നത്... ആർക്കും ഒന്നും പറയാൻ കഴിയില്ല..."

എങ്കിലും ആശുപത്രി സമാധാനം തകർത്തുകൊണ്ടു വേണോ പ്രാർത്ഥനയും വഴിപാടും?

"എന്തു ചെയ്യാം," മാരിയപ്പൻ കൈ മലർത്തി. "നമ്മുടേത് ജനാധിപത്യ രാജ്യമായിപ്പോയില്ലേ? ആർക്കും എന്തുമാവാമല്ലോ..."

മാരിയപ്പൻ ആശുപത്രിക്കാര്യങ്ങളിൽ മാത്രമല്ല പൊതുകാര്യങ്ങളിലും ഒരു അറിവാളി എന്ന് രാശമ്മാൾക്ക് ഒരു മതിപ്പ് തോന്നി. സുബ്രഹ്മണി മുറിച്ചു കൊടുത്ത ആപ്പിളിൽ അവർക്ക് വിശപ്പൊന്നടങ്ങി.

"അമ്മയുടെ ലങ്സ് സി ടി സ്കാൻ ചെയ്തോ?" സ്കാൻ റിപ്പോർട്ടുകൾ അടങ്ങിയ ഫയലിലൂടെ ഒന്നു കണ്ണോടിച്ച ശേഷം മാരിയപ്പൻ ചോദിച്ചു. "അതുകാണുന്നില്ല?"

സി ടി സ്കാൻ വളരെ ചെലവുള്ള ഏർപ്പാടാണെന്ന് ഗർഭാശയത്തിന്റെ ഇമേജുകൾ കിട്ടാൻ ചെയ്തപ്പോൾ ബോദ്ധ്യപ്പെട്ടു. അന്ന് അതിന്റെ ആവശ്യമുണ്ടായിരുന്നു. പക്ഷേ, ശ്വാസകോശത്തിന്റെ സി ടി എന്തിന്?

"വേണ്ടിവരും..." ഡോക്ടർ പറയും.... "ലങ്സിലും വില്ലൻ കളി തുടങ്ങിയിട്ടുണ്ടെങ്കിലോ? അത് റൂളൊട്ട് ചെയ്യാനാണ്..."

പെട്ടെന്ന് സുബ്രഹ്മണിക്ക് ക്ഷമതെറ്റി. അറിയാതെ അയാൾ ചോദിച്ചുപോയി. നിങ്ങൾ, നിങ്ങളാരാണ്?

"ഞാൻ ഹോസ്പിറ്റൽ പി ആർ ഒ ആണ്... ഇങ്ങനെ ഒരുപാട് പീയാറോമാരെ ആശുപത്രിയിൽ നിയമിച്ചിട്ടുണ്ട്... അതാത് പ്രദേശത്തെ ക്യാൻസർ രോഗികളെ കണ്ടെത്താനും സഹായമെത്തിക്കാനും.. ക്യാൻസർ രോഗികളുടെ ക്ഷേമമാണ് അവരുടെ ലക്ഷ്യം..."

മാരിയപ്പൻ ലീലാത്തയുടെ അയൽക്കാരനായത് ആരുടെ ഭാഗ്യം?

വെൽക്യുവർ സൂപ്പർ സ്പെഷാലിറ്റി ഹോസ്പിറ്റൽ ലോകത്തിലെ തന്നെ ഏറ്റവും വലിയ അർബ്ബുദ ചികിത്സാ കേന്ദ്രമാണെന്ന് മാരിയപ്പൻ തുടർന്നു പറഞ്ഞു. ഈ ആശുപത്രിയിൽ പ്രവർത്തിക്കുന്ന മുഴുവൻ ഡോക്ടർമാരും വിദേശത്ത് പ്രവർത്തിച്ച് പരിചയമുള്ളവരും അസുഖത്തെക്കുറിച്ച് അഗാധജ്ഞാനമുള്ളവരുമാണ്. പുതുതായി തുടങ്ങിയ ആശുപത്രി എന്ന നിലയ്ക്കാണ് അവരെയെല്ലാം ഇവിടെ പോസ്റ്റ് ചെയ്തത്. അർബ്ബുദത്തിൽനിന്നുള്ള പൂർണ്ണമുക്തി നിങ്ങൾക്ക് ഉറപ്പിക്കാം.

പ്രപഞ്ചം കുരുടൻപാളയം എന്ന കുഞ്ഞു പഞ്ചായത്തിലേക്കിറങ്ങി വന്നതുപോലെ സുബ്രഹ്മണിക്ക് തോന്നി. ആ പ്രപഞ്ചതീരത്ത് Cervix

Cancer Group, Breast Cancer Club എന്നിങ്ങനെ രണ്ടു ബോർഡുകൾ അയാൾ ശ്രദ്ധിച്ചു. ഈ ശരീരഭാഗങ്ങളിൽ പുറ്റ്നോയ് ബാധിച്ചവരെ സഹായിക്കാനുള്ള സംഘടനകളുടെ വിവരങ്ങളും ഹെൽപ്പ് ലൈൻ നമ്പറുകളും അതിലുണ്ട്. ബന്ധപ്പെട്ടാൽ വേണ്ട സഹായങ്ങളും നിർദ്ദേശങ്ങളും അവർ ചെയ്തു തരും. ശരിയായ സ്ഥലത്തുതന്നെയാണ് തങ്ങളെത്തിപ്പെട്ടിരിക്കുന്നതെന്ന് സുബ്രഹ്മണി സമാധാനിച്ചു. ഗർഭാശയ ക്യാൻസറിന്റെ ചികിത്സയ്ക്ക് പക്ഷേ, ശ്വാസകോശത്തിന്റെ സി ടി സ്കാൻ എന്തിന്?

"അതെല്ലാം ഡോക്ടർക്കല്ലേ അറിയൂ..."

ഡോക്ടർക്കാണ് അറിയേണ്ടത്. നിങ്ങളെങ്ങനെ അറിയുന്നു എന്നതാണ് എന്റെ ആധി!

"എക്സ്പീരിയൻസ്...എത്ര രോഗികളെ ഞാൻ കാണുന്നു," മാരിയപ്പൻ അനുഭവം പറഞ്ഞു. "ഡോക്ടർ വാ തുറന്നാൽ അതെന്തിനാണെന്ന് എനിക്കറിയും..."

എങ്കിൽ അതൊരു അപൂർവ്വ സിദ്ധിയാണ്. എല്ലാ പി ആർ ഒമാർക്കും ഈ സിദ്ധിയുണ്ടോ? അതോ കോർപ്പറേറ്റുകൾ തരുന്ന ട്രെയിനിങ്ങോ? ആട്ടെ, ലങ്സിന്റെ സി ടിക്ക് എന്തു ചെലവു വരും?

"വെറും ഒമ്പതിനായിരം," മാരിയപ്പൻ വിരൽ ഞൊടിച്ചു. "എല്ലാം അവസാനം സെറ്റിൽ ചെയ്താൽ മതി..."

അവസാനമാണെങ്കിലും സെറ്റിൽ ചെയ്യണ്ടേ? ചെയ്തില്ലെങ്കിൽ ബന്ധപ്പെട്ടവർ വെറുതെ വിടുമോ?

പെട്ടെന്ന് മുകൾ ബ്ലോക്കിലെ മിനിസ്റ്റർ കിടക്കുന്ന മുറിക്ക് പുറത്ത് നിലവിളി പോലെ ഒരു പ്രാർത്ഥന മുഴങ്ങി.

"തലൈവരെ കടവുൾ കാക്കട്ടും..."

കീമോ കഴിഞ്ഞ് പുറത്തുവന്ന ഒരു കുട്ടിയെ വരാന്തയിലൂടെ സ്ട്രെച്ചറിൽ കൊണ്ടു പോകുന്നതു കണ്ടു. ഏമ്പക്കമെന്നോ ഛർദ്ദിയെന്നോ തിരിച്ചറിയാൻ കഴിയാത്ത ഒരവസ്ഥയിൽ കുട്ടിയുടെ നെഞ്ച് ഉയർന്നും താണുമിരുന്നു.

"ഇല്ല മാരിയപ്പൻ...," സുബ്രഹ്മണിയുടെ ശബ്ദം കനത്തു. "ഡോക്ടർ പറയട്ടെ... ഡോക്ടർ പറയാതെ ലങ്സിന്റെ സി ടിയെടുക്കുന്ന പ്രശ്നമില്ല..."

"എന്നെ ഇത്ര വിശ്വാസമില്ലേ?"

ഒരു സന്ദേഹിയെപ്പോലെ മാരിയപ്പൻ കണ്ണു വെട്ടിക്കളിച്ചു.

അപ്പോഴേക്കും ഡിജിറ്റൽ സ്ക്രീനിൽ 13 തെളിഞ്ഞു. രാശമ്മാൾ എഴുന്നേറ്റു. മാരിയപ്പൻ എഴുന്നേറ്റു. സുബ്രഹ്മണി എഴുന്നേറ്റു.

ഡോക്ടർ ചേംബറിലേക്ക് അമ്മയെ കൈപിടിച്ച് നടത്തുമ്പോൾ സുബ്രഹ്മണിക്ക് ചോദിക്കാൻ തോന്നി: സത്യം പറയൂ... നിങ്ങളാരാണ്?

ഉങ്ങ് ഒരു പാഴ്മരമല്ല

കഷ്ടിച്ച് ഒരടിപോലും ഉയരമില്ലാത്ത ഈ തൈച്ചെടി ആരായിരിക്കും ഈ പാർക്കിൽ കൊണ്ടു നട്ടത്?

വഴിയോരങ്ങളിലും നെടുംപാതയോരത്തും ഭൂമിയുടെ ഏതു തുരുത്തിലും കണ്ടുവരാറുള്ള ഉങ്ങിന്റെ ഒരുചെറു തൈ. വെയിലും മഞ്ഞും മഴയും... മാറിവരുന്ന ഋതുക്കളുടെ ധാരാളിത്തത്തിൽ അതു വളർന്നു. ഏതാണ്ട് മൂന്നടി ഉയരം വെച്ചപ്പോഴും ഇലകൾ വിടർന്നു വികസിച്ചപ്പോഴും ആരും അതു ശ്രദ്ധിച്ചില്ല. ഓണാഘോഷത്തിന്റെ ഭാഗമായി പാർക്കിലെ പാഴ്സസ്യങ്ങൾ വെട്ടി വൃത്തിയാക്കിയപ്പോഴാണ് ഉങ്ങിന്റെ ഇലപ്പച്ചയും പ്രസരിപ്പും ആളുകൾ കാണുന്നത്. പടുചെടികൾ വെട്ടി നിരത്തിയ വേലുച്ചാമി ബുദ്ധിയുള്ള പണിക്കാരനാണ് എന്നു വേണം മനസ്സിലാക്കാൻ. മറ്റു ചെടികൾക്കു ചരമം എഴുതിയ അവൻ കൂട്ടത്തിൽ ഉങ്ങിനെ പിഴുതുനീക്കിയില്ല. അത് വരാൻ പോവുന്ന ഹരിതസമൃദ്ധിയുടെ ബാല്യകാലം എന്നു മനസ്സിലാക്കിയോ, അതോ ആരെങ്കിലും വെച്ചുപിടിപ്പിച്ചത് എന്ന എണ്ണത്തിനാലോ വേർപെടുത്താതെ നിർത്തി. കാല്ച്ചുവട്ടിലെ പുല്ലുകൾ പറിച്ചെടുത്തു വെള്ളമൊഴിക്കാൻ പാകത്തിൽ ഒരു തടമെടുത്ത് അതിനെ സൂക്ഷ്മപ്പെടുത്തിയപ്പോൾ ഉങ്ങ് പാർക്കിലെ ശ്രദ്ധിക്കപ്പെടുന്ന വ്യക്തിത്വമായി. പാർക്കിനോട് ഒട്ടിനില്ക്കുന്ന 'ഇന്ദീവര' ത്തിലെ പത്മം മേനോൻ കാലത്തും വൈകിട്ടും അതിന് ഒരു ബക്കറ്റ് വെള്ളമൊഴിക്കാൻ മുൻകൈയെടുത്ത്. വളർന്നു പന്തലിച്ച് അതൊരു വലിയ തണൽമരമാകട്ടെ എന്നവർ ആഗ്രഹിച്ചു.

"വളർന്നു വടംവച്ചുകഴിഞ്ഞാൽ അതിന് ചുറ്റും സിമന്റ് ബെഞ്ചുകൾ പണിയാം" – മേജർ മേനോൻ അഭിപ്രായപ്പെട്ടു: "വയസ്സുകാലത്ത് നമുക്ക് ആവശ്യം തണലാണ്."

"ഞാൻ ഈ കോളനിയെ ഒരു ഇക്കോ ഫ്രണ്ട്‌ലി വില്ലേജാക്കും" - കവിയും പക്ഷിനിരീക്ഷകനുമായ ലോഹിതാക്ഷൻ അവകാശപ്പെട്ടു: "ഇനിയും ഇത്തരം ചെടികൾ ഞാൻ വെച്ചുപിടിപ്പിക്കും. അതിൽ പല തരം പക്ഷികൾ വന്നുനിറയും. അവയുടെ കളകളാരവത്തിൽ കോളനി ഉണരും."

നിമിഷനേരത്തെ നിശ്ശബ്ദതയ്ക്കുശേഷം അയാൾ തുടർന്നു: "അഞ്ചു വർഷത്തിനുള്ളിൽ ഞാനീ കോളനിയെ ഒരു ഗ്രീൻ വില്ലേജാക്കി മാറ്റും."

ലോഹിതാക്ഷന്റെ ആവേശം കണ്ട് കൂടിനിന്നവർ കൈയടിച്ചു. കൈയടി നിലച്ചപ്പോൾ അയാൾ തന്റെ സ്വപ്നം വിശദീകരിച്ചു: "ഇതിനായി ഞാനൊരു പ്രത്യേക ഫണ്ട് രൂപീകരിക്കാൻ പോവുകയാണ്. വീടൊന്നുക്ക് മാസം 50 രൂപ പിരിവു വരുന്ന ഒരു ഇക്കോഫ്രണ്ട്‌ലി ഫണ്ട്."

കൂടിനിന്നവരിൽ പലരും ചെറിയ തിരക്കുകൾ പറഞ്ഞ് ഓരോ വഴിക്കു പിരിഞ്ഞു. മാത്യു തോമസും പരമേശ്വരൻ നായരും മാത്രം ലോഹിതാക്ഷനു മുമ്പിൽ അവശേഷിച്ചു.

ഈ തക്കം നോക്കി മാത്യു ലോഹിയെ ഒരു ചോദ്യത്തിൽ കുരുക്കി: "ഇത്രയൊക്കെ നിങ്ങൾ പറഞ്ഞല്ലോ. ഈ ഉങ്ങിന്റെ തൈ ആരാണ് ഇവിടെ നട്ടത്? ഭൂമിയിൽ എത്രയോ മരങ്ങൾ ഉണ്ടെന്നിരിക്കെ ഉങ്ങിന് എന്താണിത്ര പ്രസക്തി?"

ഒരു നിമിഷം ലോഹിതാക്ഷൻ ഒന്നു പകച്ചു. എന്തു പറയണമെന്നറിയാതെ കിതച്ച ശേഷം എന്തെങ്കിലും പറയാതെ വയ്യല്ലോ എന്ന ചുഴുനിലയിൽ പറഞ്ഞു: "ഞാൻ- ഞാൻ തന്നെയാണ് ഇതു നട്ടത്. ഭൂമിയിൽ ഏറ്റവും തണൽ തരുന്ന മരമാണ് ഉങ്ങ്."

"ഇറ്റീസ് എ ഹൈവേ ട്രീ," പരമേശ്വരൻ നായർ ഇടപെട്ടു: "ഇതിനെ ആരെങ്കിലും പ്രൈവറ്റ് പാർക്കിൽ പ്ലാന്റ് ചെയ്യുമോ?"

"ഒരു പുള്ളി വെയിൽ പോലും വീഴാത്ത മരമായതുകൊണ്ടാണ് പാർക്കിൽ തന്നെ നട്ടത്. വളർന്നു വലുതാവുമ്പോൾ ഇതിന്റെ ചുവട്ടിൽ വിശ്രമിക്കാമല്ലോ."

മറുത്തൊന്നും പറയാനില്ലാതെ പരമേശ്വരൻ നായർ തന്റെ പാർപ്പിടത്തിലേക്കു മടങ്ങി. 'ഹൈലി ഇന്റിമേറ്റ്' എന്നു തോന്നിച്ച ആ നിമിഷത്തിൽ മാത്യു തോമസ് ലോഹിതാക്ഷനോടു ചേർന്നുനിന്നു:

"എന്തിനാണ് ഈ പീറച്ചെടിയുടെ പേരിൽ ഒരു നുണ?," മാത്യു കൈകൾ കൂട്ടിത്തിരുമ്മി: "ഏതോ പക്ഷിക്ക് അവകാശപ്പെട്ടതല്ലേ ഇതിന്റെ ജന്മം?"

ലോഹിതാക്ഷന്റെ മുഖത്ത് പെട്ടെന്ന് ഒരു വിള്ളിച്ച വീണു. ന്യായമായ ഒരുത്തരം കൈയിലില്ലാത്തതിനാൽ എന്തോ ഒഴികഴിവു പറഞ്ഞ് അയാൾ വലിഞ്ഞു. ഉങ്ങിന്റെ ഒരു ശിഖരം അയാളുടെ ഉറക്കം കെടുത്തി. കവിയും പക്ഷിനിരീക്ഷകനുമായ തന്നെ കോളനിയിൽ ആരും അംഗീകരിക്കുന്നില്ലെന്നു തിരിച്ചറിഞ്ഞ നിമിഷങ്ങളായിരുന്നു അത്. കോളനിയുടെ പ്രതിമാസ യോഗങ്ങളിൽ, സ്വാതന്ത്ര്യ-റിപ്പബ്ലിക് ദിനങ്ങളിലെ കൊടിയു

യർത്തൽ ചടങ്ങിൽ, ഓണാഘോഷ പരിപാടികളിൽ എല്ലാം ഡോക്ടർമാർക്കും എഞ്ചിനീയർമാർക്കും ഓഡിറ്റർമാർക്കുമായിരുന്നു പ്രാമുഖ്യവും സമൂഹമര്യാദയും. ഒരു സ്വാഗതമോ നന്ദിയോ ആശംസയോ പോലും പറയാൻ ആരും തനിക്ക് അവസരം തരുന്നില്ലെന്ന് ലോഹിതാക്ഷൻ ഉള്ളിൽ മുറിഞ്ഞു. പ്രമുഖ പ്രസിദ്ധീകരണങ്ങളിലൊന്നും എഴുതാത്തതുകൊണ്ട് പുച്ഛത്തോടെയാണ് ചിലരെങ്കിലും തന്നെ നോക്കുന്നത്. കവിതയെഴുതിയാൽ മാത്രം പോരാ, സാമൂഹിക പ്രശ്നങ്ങളിൽ കയറി ഇടപെട്ടാലേ സഹജീവികൾക്കിടയിൽ ആദരവു പിടിച്ചുപറ്റാൻ കഴിയൂ എന്ന സുഹൃത്തിന്റെ ഉപദേശം ലോഹിതാക്ഷന്റെ തലയ്ക്കു പിടിച്ചു.

ഏതു സാമൂഹിക പ്രശ്നമാണ് തനിക്ക് ഇടപെടാൻ പാകത്തിൽ ഒഴിഞ്ഞുകിടക്കുന്നതെന്ന് അയാൾ മനസ്സിൽ തിരഞ്ഞു. എൻഡോസൾഫാൻ ദുരന്തം രണ്ടുമൂന്ന് എഴുത്തുകാർ ആദ്യമേ പങ്കിട്ടെടുത്തു കഴിഞ്ഞു. പുഴയിലെ മണൽ വാരൽ ഒരു പ്രമുഖ കവിയുടെ മാത്രം നിത്യവേദനയാണ്. മലയാളം ഒന്നാം ഭാഷയാക്കണമെന്ന നിർബ്ബന്ധം പ്രധാനമായും രണ്ടു നോവലിസ്റ്റുകളും അവർക്കു താങ്ങായി വേറെ നാലു പേരും കുത്തകയാക്കിക്കഴിഞ്ഞു. മുമ്പിൽ പ്രശ്നങ്ങളൊന്നുമില്ലാതെ ഭിക്ഷാംദേഹിയായി നില്ക്കുമ്പോഴാണ് ഉങ്ങ് എന്ന തൈക്കുഞ്ഞ് മുമ്പിൽ വന്നുപെട്ടത്.

മരങ്ങൾ വെട്ടിനശിപ്പിക്കൽ വലിയ സാമൂഹിക പ്രശ്നമാണെന്ന് ലോഹിതാക്ഷൻ സ്വയം വിലയിരുത്തി. 'ഒരു മരം മുറിക്കുമ്പോൾ രണ്ടു മരം നടൂ' എന്ന സർക്കാർ മന്ത്രം എല്ലാവരും വിസ്മരിച്ച മട്ടാണ്. പണ്ട് ടെക്സ്റ്റ് ബുക്കിൽ പഠിച്ച മണ്ണൊലിപ്പിന്റെ കഥ പറഞ്ഞാൽ ഇന്ന് ആളുകൾ ചിരിക്കും. മണ്ണുണ്ടായിട്ടു വേണ്ടേ ഒലിക്കാൻ? ഓരോ വർഷവും വർദ്ധിച്ചു വരുന്ന ആഗോളതാപനത്തിന് മുഖ്യഹേതു മരങ്ങളുടെ ഉന്മൂലനമാണ് എന്ന വസ്തുതയിൽ കയറിപ്പിടിക്കാം. ഓരോ വീടിനു മുമ്പിലും ഓരോ ഉങ്ങു വീതം വച്ചാൽ ആ വീട് കൊടുംചൂടിൽ നിന്നു രക്ഷപ്പെടുമെന്ന് ഉറക്കെ പറയാം, പ്രചരിപ്പിക്കാം. വർഷങ്ങൾ കഴിഞ്ഞു തിരിഞ്ഞു നോക്കുമ്പോൾ ഈ കോളനിയെ ഉങ്ങുകൾ പടർന്നു പന്തലിച്ചുനില്ക്കുന്ന ഒരു ഹരിത ഗ്രാമമായി ലോഹിതാക്ഷൻ വിഭാവനം ചെയ്തു. ഭാവിയിൽ ഈ സന്ദേശം മറ്റു കോളനികളിലേക്കും കൂടി വ്യാപിപ്പിക്കാൻ കഴിഞ്ഞാൽ അതിന്റെ ക്രെഡിറ്റ് ആർക്കാണ്? മറ്റുള്ളവരുടെ കണ്ണിൽ കേവലം കവിയും പക്ഷിനിരീക്ഷകനുമായ തനിക്ക് സമൂഹമാന്യത കിട്ടാൻ ദൈവം എറിഞ്ഞുതന്ന കച്ചിത്തുരുമ്പാണ് ഈ സസ്യം. ഇതിനെയാണ് മാത്യു തോമസ് 'പീറച്ചെടി' എന്നു വിശേഷിപ്പിച്ചത്. രാത്രി വളരെ വൈകിയ വേളയിൽ തന്റെ ബോട്ടണി സുഹൃത്തിനെ വിളിച്ച് ലോഹിതാക്ഷൻ ഉങ്ങിന്റെ ശാസ്ത്രനാമം മനസ്സിലാക്കി മനസ്സിൽ പലതവണ ഉരുവിട്ടു: 'ബോഹിനിയ വരീഗാറ്റ'.

ഉങ്ങിനെക്കുറിച്ച് ആരെങ്കിലും തരംതാഴ്ത്തി സംസാരിച്ചാൽ അവർക്കെതിരെ ഉപയോഗിക്കേണ്ടതാണ് ഈ നാമം. ഈ വിഷയത്തിൽ താനെത്ര ഗൗരവക്കാരനാണെന്ന് കോളനിക്കാരെ ബോദ്ധ്യപ്പെടുത്താ

നുള്ള ആയുധം.

ലോഹിതാക്ഷന്റെ മനസ്സിൽ സംഘർഷമായി വളരുന്നതറിയാതെ നിലാവിൽ ധനുമാസ മഞ്ഞിൽ ഉങ്ങ് മയക്കം പിടിച്ചു. വെയിലിൽ അതു വികസിച്ചു. അതിന്റെ ദൗത്യം വളർച്ച മാത്രമായിരുന്നു. അതു വളർന്നു.

പിറ്റേന്ന് ഉങ്ങിന്റെ തൈ നട്ടത് തന്റെ മകനാണെന്ന അവകാശവാദവുമായി പ്രൈമറി മലയാളം അദ്ധ്യാപകൻ ഉണ്ണിശങ്കരൻ അവതരിച്ചു: "അവന്റെ സുഹൃത്തിന്റെ വീട്ടിൽനിന്ന് അവനു കിട്ടിയതാണ് ഈ ചെടി. തൊടിയിൽ ഇടമില്ലാത്തതുകൊണ്ട് ഞാനാണ് ഇതു പാർക്കിൽ നടാൻ പറഞ്ഞത്."

ലോഹിതാക്ഷൻ ആ നേരം സ്ഥലത്തില്ലാതിരുന്നതിനാൽ അയാളുടെ ഭാര്യ ലളിത ലോഹിതാക്ഷൻ കാര്യത്തിൽ ഇടപെട്ടു: "എങ്കിൽ, ആ സുഹൃത്തിന്റെ പേരും കൂടി വെളിപ്പെടുത്തണം. ഞങ്ങൾക്ക് ഒന്നു പരിശോധിക്കാമല്ലോ."

എവിടേക്കെന്നറിയില്ല, ഉണ്ണിശങ്കരൻ പെട്ടെന്ന് അപ്രത്യക്ഷനായി.

ഈ നേരം ചുറ്റും കൂടിനില്ക്കുന്നവരോടായി അവർ പറഞ്ഞു: "ഞാനും എന്റെ ഭർത്താവും കൂടിയാണ് സത്യത്തിൽ ഈ ചെടി നട്ടത്. എന്നാൽ ഇത് എവിടെ നിന്നു കിട്ടി, എപ്പോഴാണ് പ്ലാന്റ് ചെയ്തത് എന്നീ സംഗതികൾ ഞങ്ങളുടെ മാത്രം സ്വകാര്യങ്ങളാണ്."

തുടർന്ന് അവർ ഉങ്ങിനെക്കുറിച്ച് ഒരു പ്രഭാഷണം നടത്തി: "ഉങ്ങ് ഒരു ഔഷധസസ്യമാണ്. വളർന്നു വലുതായി കഴിഞ്ഞാൽ അതു തണൽ പരത്തും എന്നു മാത്രമല്ല തണുപ്പും പൊഴിക്കും. ഉങ്ങിൽനിന്ന് ഉല്പാദിപ്പിക്കുന്ന എണ്ണ വാതത്തിന് ഉത്തമമാണ്. ഉങ്ങിന്റെ കായ പല സൂക്കേടുകൾക്കും ഒറ്റമൂലിയാണത്രെ. ഉങ്ങിന്റെ വേരിട്ട് തിളപ്പിച്ച വെള്ളത്തിൽ കാലിറക്കിവെച്ചാൽ കണങ്കാലിലെ നീർക്കെട്ട് നിമിഷനേരംകൊണ്ട് അപ്രത്യക്ഷമാകും. അതിന്റെ വേരുകൾ ആഴത്തിൽ ഇറങ്ങുമെന്നതിനാൽ മണ്ണൊലിപ്പു തടയാൻ ഇതിലും ഉചിതമായ ഒരു മരം വേറെയില്ല."

എവിടെയോ വെച്ച് മറന്നതുപോലെ പ്രസംഗം നിന്നു. അവർ വരികൾക്കായി ഓർമ്മയിൽ പരതി. ഒന്നും തടയുന്നില്ലെന്നു കണ്ട് തല്ക്കാലം വിരമിച്ചു.

തന്റെ മാനം കാക്കാൻ ലളിത ഏറ്റെടുത്ത ദൗത്യത്തെ ലോഹിതാക്ഷൻ അളവറ്റ് പ്രകീർത്തിച്ചു. ദമ്പതികളായാൽ ബന്ധത്തിനു വേണ്ടത് ഈ കെട്ടുറപ്പാണെന്ന് അവളെ ആശ്ലേഷിച്ചു.

അടുത്തയാഴ്ച നടന്ന കോളനിയുടെ മാസയോഗത്തിൽ ലോഹിതാക്ഷൻ പുതിയൊരു ആശയം അവതരിപ്പിച്ചു. അതിതായിരുന്നു: "തന്റെ പ്രത്യേക ശ്രദ്ധയിൽ ദിനംപ്രതി ഉയരം വച്ചു കൊണ്ടിരിക്കുന്ന ഉങ്ങിനെ സംരക്ഷിക്കാൻ അതിനു ചുറ്റും ഒരു സിമന്റ് തടം കെട്ടുക. ചിതൽ ശല്യം ഉണ്ടാവാതിരിക്കാൻ ചെടിയുടെ തണ്ടിൽ കുമ്മായം അടിക്കുക. ചെടിക്ക് രണ്ടു നേരം വെള്ളമൊഴിക്കാൻ പാർക്കിൽ ഒരു പൈപ്പ് സ്ഥാപിക്കുക. അതിനു മുനിസിപ്പാലിറ്റിയിൽ അപേക്ഷ സമർപ്പിക്കുക."

ലോഹിതാക്ഷൻ നിർത്തിയ ദിക്കിൽനിന്ന് ലളിത ലോഹിതാക്ഷൻ ആരംഭിച്ചു: "ഇതൊരു തുടക്കമാണ്. പാർക്കിൽ മാത്രമല്ല, കോളനിയുടെ എല്ലാ റോഡുകളിലും ഞങ്ങൾ ഉങ്ങ് നട്ടുപിടിപ്പിക്കും. ഭാവിയിൽ ഈ കോളനി ഗ്രീൻ വില്ലേജ് എന്ന പേരിൽ അറിയപ്പെടും. അങ്ങനെ പുതിയൊരു ഇക്കോസിസ്റ്റം നടപ്പാക്കിയതിന് ഈ അസോസിയേഷൻ അവാർഡുകൾ വാരിക്കൂട്ടും."

ചില പത്ര സുഹൃത്തുക്കളുമായി ലോഹിതാക്ഷന് പിടിപാടുണ്ടായിരുന്നതിനാൽ 'നാട്ടുവർത്തമാനം' പേജിൽ ഇതു വാർത്തയായി. പ്രകൃതി സ്നേഹികൾ ചിലർ കോളനി സന്ദർശിക്കുകയും ഉങ്ങിനെ അരുമയോടെ തലോടുകയും ചെയ്തു. പാർക്കിൽ പാഴ്സസ്യങ്ങൾക്കിടയിൽ ആരാലും ശ്രദ്ധിക്കപ്പെടാതെ കിടന്ന ഒരു ചെടി ഇത്രയും വലിയ മാനങ്ങളിലേക്കുയരുമെന്ന് ആരും വിചാരിച്ചതല്ല. ലോഹിതാക്ഷന്റെയും ലളിതയുടെയും ബുദ്ധിയിൽ വിടർന്ന ഈ ഹരിതസങ്കല്പം കോളനിവാസികളുടെ മാത്രമല്ല, നേചർ ഫ്രണ്ട്ലി സംഘടനയായ 'മരം ഒരു വര' ത്തിന്റെ പ്രശംസ പിടിച്ചുപറ്റുക കൂടി ചെയ്തതോടെ ഈ 'ഗ്രീൻ മെസേജ്' മറ്റു കോളനികളിലേക്കും വ്യാപിച്ചു. പല തിരക്കുകളുള്ള വീട്ടമ്മയായിരുന്നിട്ടുകൂടി ഒരു സ്ത്രീ ഇതിനു മുന്നിട്ടിറങ്ങിയതിൽ എല്ലാവരും അവരെ അകമഴിഞ്ഞ് അഭിനന്ദിച്ചു.

ലളിത ലോഹിതാക്ഷന് അവിചാരിതമായി കിട്ടിയ ഈ സ്റ്റാർഡം 'ഇന്ദീവര' ത്തിലെ പത്മം മേനോനു രസിച്ചില്ല. കോളനിയിലെ മഹിളാ വിഭാഗത്തിന്റെ സെക്രട്ടറി സ്ഥാനത്തേക്ക് മത്സരിച്ച രണ്ടു തവണയും പത്മത്തെ പരാജയപ്പെടുത്തിയിരുന്നു ലളിത. അതിനു ശേഷം അവരോട് സംസാരിച്ചിട്ടില്ല എന്നു മാത്രമല്ല, ശരിക്കും മുഖദർശനം പോലും നടത്തിയിട്ടില്ല. എപ്പോഴും ഒരകല്ച്ചയും വെറുപ്പും കാത്തുസൂക്ഷിച്ചു. ലളിതയെ തിരിച്ചടിക്കാൻ തക്കംപാർത്തിരുന്ന പത്മത്തിന് ഈ ഉങ്ങ് ഒരു പിടിവള്ളിയായി.

കോളനിയുടെ മാസയോഗത്തിൽ കലികയറിയാലെന്നപോലെ അവർ ഉറഞ്ഞു: "ഈ ബ്ലഡി ട്രീ ഇപ്പോൾ തന്നെ കട്ട് ചെയ്യണം."

ഉങ്ങിന് പത്മം മേനോൻ നല്കിയ വിശേഷണം ലളിത ലോഹിതാക്ഷനെ ചൊടിപ്പിച്ചു. ഇരിപ്പിടത്തിൽ നിന്നവർ ചാടിയെണ്ണീറ്റു: "ഫോർ വാട്ട്? വാട്ട് ദ ഹെൽ?"

"ഭാവിയിൽ ഈ ചെടി എനിക്ക് ന്യൂയിസൻസാകും" - പത്മം മേനോൻ കാര്യം പറഞ്ഞു: "ഇതിന്റെ ഇലകൾ കൊഴിഞ്ഞുവീഴാൻ പോവുന്നത് എന്റെ കോമ്പൗണ്ടിനകത്തും കിണറ്റിലുമാണ്."

"കിണറ്റിൽ ഒരു വലയിട്ടാൽ മതിയല്ലോ"- ലോഹിതാക്ഷൻ കൈകൊണ്ട് വല കെട്ടുന്നതുപോലെ കാണിച്ചു. പെട്ടെന്ന് ഉത്തരം മുട്ടിയെങ്കിലും നിമിഷങ്ങൾക്കകം അവർ മറ്റൊരു പ്രശ്നം തേടിപ്പിടിച്ചു:

"പാർക്കിൽ വീഴുന്ന ഇതിന്റെ ഇലകൾ കാറ്റിൽ പറന്നുവന്ന് എന്റെ വീടിനു മുമ്പിലെ ചാലിൽ നിറയും. മഴക്കാലത്ത് വെള്ളച്ചാലിൽ ബ്ലോക്കു

വന്നാൽ ചെളിവെള്ളം മുറ്റത്തേക്കാണ് കയറുക. അതിലൂടെ പാമ്പടക്കമുള്ള നികൃഷ്ടജീവികൾ അകത്തു പ്രവേശിക്കും"- പത്മം മേനോൻ തന്റെ ആശങ്ക തുടർന്നു: "ഇറ്റീസ് എ സോഷ്യൽ ന്യൂയിസൻസ്."

അത്രയും നേരം എല്ലാം കേട്ടിരുന്ന പത്മത്തിന്റെ ഭർത്താവ് ശേഖർ എസ് മേനോൻ ഭാര്യയെ പിന്താങ്ങാൻ എന്ന മട്ടിൽ പറഞ്ഞു തുടങ്ങി: "ഉങ്ങ് ഒരു പാഴ്മരമാണ്. ദേർ ആർ സിക്സ് ടൈപ്സ് ഓഫ് ഉങ്ങ് ഇൻ ദ വേൾഡ്. പൊതുവേ വഴിയോരങ്ങളിലാണ് ഇതു കണ്ടു വരാറുള്ളത്. ലോകത്ത് ഒരു പാർക്കിലും ഇതു നട്ടുപിടിപ്പിച്ച ചരിത്രമില്ല."

'സോഷ്യൽ ന്യൂയിസൻസ്' എന്ന പത്മത്തിന്റെ പ്രയോഗവും 'പഴ്മരം' എന്ന മേനോന്റെ വിശേഷണവും ലോഹിതാക്ഷ കുടുംബത്തെ കുപിതരാക്കി:

"ഹൗ കാൻ യു സേ ഇറ്റീസ് എ പാഴ്മരം?" ലോഹിതാക്ഷൻ എഴുന്നേറ്റു.

"ഫലം തരാത്ത എല്ലാ വൃക്ഷങ്ങളും പാഴ്മരങ്ങളുടെ പട്ടികയിൽപ്പെടും" - മേനോൻ ഒന്ന് ആക്കിച്ചിരിച്ചു: "ഉങ്ങ് എന്തു ഫലം തന്ന ചരിത്രമാണുള്ളത്?"

ലോഹിതാക്ഷന് പെട്ടെന്നൊരു മറുപടി കിട്ടിയില്ല. ഈ നേരം പത്മത്തെ മലർത്തിയടിക്കാൻ ലളിത ലോഹിതാക്ഷൻ ഒരു കൗണ്ടർ പോയിന്റ് കണ്ടു പിടിച്ചു:

"വേലുച്ചാമി പാർക്ക് വൃത്തിയാക്കി ഈ ചെടിയെ ലൊക്കേറ്റ് ചെയ്തപ്പോൾ രണ്ടു നേരവും വെള്ളമൊഴിച്ചത് നിങ്ങളല്ലേ? ആ നിങ്ങൾക്ക് എന്നു മുതലാണ് ഇതു സോഷ്യൽ ന്യൂയിസൻസായത്? ടെൽ മീ?"

ആ പറഞ്ഞത് സത്യമാണെന്ന് കോളനിയിലെ പലർക്കും ബോദ്ധ്യപ്പെട്ടു. പത്മം മേനോന് പെട്ടെന്ന് ഉത്തരം കിട്ടിയില്ല. ലളിത പറഞ്ഞതു ശരിയാണെന്ന് അവർക്കു തോന്നി. ഉങ്ങ് തിരിച്ചറിയപ്പെട്ട നാൾ മുതൽ രണ്ടു നേരവും കൃത്യമായി വെള്ളമൊഴിച്ചത് താനാണ്.

"അന്ന് അതിന്റെ ഭവിഷ്യത്തുകളെപ്പറ്റി അത്ര ആലോചിച്ചില്ല" - അവസാനം അവർ മറുപടി കണ്ടെത്തി: "ഇപ്പോൾ ഇത് വലുതായി വരുമ്പോഴാണ് പുതിയ പ്രശ്നങ്ങൾ അറിയുന്നത്."

"വലുതാവുന്നത് പാവം ഈ ചെടിയല്ല" - ലളിത ലോഹിതാക്ഷൻ അവരെ രൂക്ഷമായി നോക്കി: "ഇടുങ്ങിയ നിങ്ങളുടെ മനസ്സിൽ വളർന്നു കൊണ്ടിരിക്കുന്നതു ഞാനാണ്. എനിക്കു കിട്ടിക്കൊണ്ടിരിക്കുന്ന പുതിയ ഇമേജും."

"ഷിറ്റ്!" പത്മം മേനോന് പെരുവിരലിൽനിന്നു കലി കയറി. അവർ പരിസരം മറന്ന് അലറി: "നീയും നിന്റെയൊരു ഇമേജും."

അവർ യോഗത്തിൽനിന്ന് ഇറങ്ങിപ്പോയി. അവർക്കു പിന്നിൽ ശേഖർ എസ് മേനോനും ഇറങ്ങി.

അന്ന് യോഗത്തിൽ പങ്കെടുത്തവരെല്ലാം നേരംപോക്കിന് ഒരു വക കിട്ടിയതിൽ സന്തോഷിച്ചു. അധികം വൈകാതെ യോഗം പിരിഞ്ഞു.

പത്മം മേനോൻ ഒരുപാട് നേരം കിടക്കയിൽ കരഞ്ഞുകൊണ്ട് കിടന്നു. മേനോനും മക്കളും എത്ര ശ്രമിച്ചിട്ടും കരച്ചിൽ അടങ്ങിയില്ല. "ഷീ ഇൻസൽട്ടഡ് മീ" എന്ന് അവർ തേങ്ങിക്കൊണ്ടേയിരുന്നു.

തേങ്ങൽ നിന്ന ഒരു നിമിഷം അവർ കിടക്കയിൽനിന്നു ചാടിയെഴുന്നേറ്റു. ടെലിഫോൺ എടുത്ത് ലളിതയുടെ നമ്പർ കറക്കി. പൊടുന്നനെ കൈവന്ന ഒരു സംയമനത്തിൽ പത്മം മേനോൻ പറഞ്ഞു:

"നിന്റെ ഈ സന്തോഷമുണ്ടല്ലോ, വെറും 24 മണിക്കൂറേ ഇതിന് ആയുസ്സുള്ളൂ."

"വാട്ട് ഡൂ യൂ മീൻ?"

"യു വാച്ച് ആന്റ് സീ."

പത്മം ഫോൺ വച്ചു. ആ പറഞ്ഞതിൽ ഒരു ഭീഷണിയുടെ സ്വരം ലളിത വായിച്ചു. മനസ്സിൽ എന്തോ തീരുമാനിച്ചുറയ്ക്കാതെ പത്മം മേനോൻ ഇത്ര ധൈര്യത്തിൽ സംസാരിക്കില്ലെന്ന് അവർ ഉറപ്പിച്ചു. അതെന്തായിരിക്കും? കൂലിക്ക് ആളെ ഏർപ്പെടാക്കി മരം മുറിച്ചുനീക്കലായിരിക്കുമോ ഉദ്ദേശ്യം? അല്ലെങ്കിൽ വല്ല ആസിഡോ മറ്റോ കുത്തിവെച്ച് അതിനെ അടിയോടെ കരിച്ചുകളയൽ?

നട്ടപ്പാതിരയ്ക്ക് എല്ലാവരും ഉറങ്ങുംനേരം ഉങ്ങിനെ വേരോടെ പിഴുതെടുക്കാനാണ് പത്മം മേനോൻ പദ്ധതിയിട്ടിരിക്കുന്നതെന്ന് മഹിളാ വിഭാഗം ഖജാൻജി ബിന്ദു നടേശൻ മണത്തറിഞ്ഞു. അവർ ഇക്കാര്യം വളരെ രഹസ്യമായി ലളിത ലോഹിതാക്ഷനെ അറിയിച്ചു. ലളിതയ്ക്ക് അതൊരു ഷോക്കായിരുന്നു. സംഭാഷണം കാടുകയറിയ നിമിഷത്തിൽ ദേഷ്യപ്പുറത്ത് പത്മം എന്തെങ്കിലും പുലമ്പിയതാവും എന്നാണ് കരുതിയിരുന്നത്. എന്നാൽ, പദ്ധതി നടപ്പാക്കാനുള്ള എല്ലാ തന്ത്രങ്ങളും അവർ ആവിഷ്കരിച്ചിരിക്കുന്നു. അതിനായി കണ്ടമുത്തൻ, പളനിച്ചാമി എന്നിങ്ങനെ രണ്ടു കൂലിപ്പട്ടാളങ്ങളെ വിലപേശി ഉറപ്പിച്ചിരിക്കുന്നു പോലും! ഇനി വെറുതെയിരുന്നാൽ നാളിത്രകൊണ്ട് താൻ ഉണ്ടാക്കിയെടുത്ത ഇമേജത്രയും അണക്കെട്ടു തുറന്നാൽ വെള്ളമെന്നപോലെ ഇടിഞ്ഞൊഴുകിപ്പോവുമെന്ന് ലളിത ലോഹിതാക്ഷൻ തിരിച്ചറിഞ്ഞു.

അവർ 'മരം ഒരു വരം' സംഘടനയുമായി ബന്ധപ്പെട്ടു. രാത്രി 12 മണിയോടെ സർവ്വസജ്ജരായി കോളനിയിൽ ഹാജരാകാമെന്ന് അവർ ഉറപ്പു നല്കി. ഇതിനു പുറമെ തന്റെ കൂടെ നില്ക്കുന്നവരെയും അവരുടെ കരുത്തരായ ആൺമക്കളെയും റാപിഡ് ആക്ഷൻ ഫോഴ്സ് എന്ന ഓമനപ്പേരിൽ ഒരുക്കിനിർത്തി. പ്രതികൾ ഓടി രക്ഷപ്പെടാതിരിക്കാൻ കോളനിപ്പുറത്ത് ഒരു പൊലീസ് സംഘത്തെയും സ്ഥാപിച്ചു.

രാത്രി ഏതാണ്ട് ഒന്നരയോടടുത്തപ്പോൾ കോളനീമുഖത്ത് കണ്ടമുത്തനും പളനിച്ചാമിയും പ്രത്യക്ഷപ്പെട്ടു. അല്പമൊരു ലഹരിയിൽ അത്രയും നേരം സംഭാഷണങ്ങളിൽ മുഴുകിയിരുന്ന അവർ പെട്ടെന്ന് നിശ്ശബ്ദരാവുകയും കള്ളന്മാരെപ്പോലെ പാദശബ്ദം പോലുമുണ്ടാക്കാതെ നടക്കുകയും കൃത്യനിർവ്വഹണത്തിനായി പാർക്കിലേക്കു പ്രവേശിക്കുകയും ചെയ്തു.

ടയ്യപ്പ്

ഉമ്മറത്ത് പത്രം വീഴുന്ന ശബ്ദം പാകംവന്ന വല്ല ഉണക്കത്തേങ്ങയും കാറ്റിൽ വീണോ എന്ന സംശയമാണുണ്ടാക്കാറ്, ആദ്യം. ഒരു ശബ്ദസാദൃശ്യം മാത്രമാണത്. നേരംചെന്നും അന്ന് തേങ്ങശബ്ദം കേൾക്കാഞ്ഞപ്പോൾ ഇതെന്തുപറ്റി എന്നായി. തലേന്ന് പത്രത്തിന് ഒഴിവില്ലാത്തതിനാൽ അതാവില്ല ന്യായം. പത്രമിടുന്ന ചെക്കൻ ലീവാകുമ്പോൾ ഒരു ബദൽ പയ്യൻ വരാറുണ്ട്. അന്ന് അവനെയും കണ്ടില്ല. നോക്കുമ്പോൾ എതിർമുറ്റങ്ങളിൽ ശ്രീധരൻനായരും അമ്പിസാമിയും പേപ്പർ വായിച്ച് വാർത്തകൾ അയവിറക്കുന്നു.

ഹേമയാണ് ആദ്യം പത്രമെടുക്കുന്നതെങ്കിൽ സിറ്റൗട്ടിലെ ടീപ്പോയിൽ വയ്ക്കും. അവിടെ കണ്ടില്ല. രണ്ടുതവണ വിളിച്ചിട്ടും ഹേമ വിളി കേട്ടില്ല. കാലത്തെഴുന്നേറ്റാൽ ചായമണത്തേക്കാൾ ഉത്തേജനം പത്രമണത്തിനാണ്. വായിച്ചു കഴിഞ്ഞ താളുകൾ അമ്പിസാമിയോട് ചോദിക്കാമെന്ന എണ്ണത്തിൽ ഗെയ്റ്റ് തുറന്നപ്പോൾ പിന്നിൽ ഹേമ.

പതിവില്ലാത്ത വിധം ഭയപ്പാട് തിങ്ങുന്ന മുഖം. നീറുന്ന കണ്ണുകൾ. പിന്നിൽ മടക്കിപ്പിടിച്ചിരുന്ന പത്രം ആലോചിച്ചാലോചിച്ച് ഹേമ നീട്ടി.

ഡൽഹി എയർപോർട്ടിൽ ജോലി വാഗ്ദാനം ചെയ്ത് അപേക്ഷകരിൽനിന്ന് ലക്ഷങ്ങൾ വാങ്ങി ഒരു സുപ്രഭാതത്തിൽ മുങ്ങിക്കളഞ്ഞ ഒരു സ്കൂളിന്റെ തട്ടിപ്പു കഥയാണ് ആദ്യ പേജിൽ. സ്കൂളിന്റെ പേരില്ല. സ്ഥലം വച്ചു നോക്കുമ്പോൾ സ്കൂൾ മറ്റൊന്നാവാൻ തരമില്ല.

ഒരു നിമിഷം ബോധത്തിൽ ഒരു മിന്നൽ നിന്നു കിതച്ചു. നൊടിനേരം അതു തുടർന്നു. പണം തികയാതെ വന്നപ്പോൾ ഹേമയുടെ വളകളും പഴയ ജിമിക്കിയും വിറ്റാണ് സംഖ്യ തികച്ചത്. ജോലി തരപ്പെടാൻ പണം കൊടുക്കേണ്ടിവന്ന കാര്യം ആരോടും പറഞ്ഞിട്ടില്ല. അതിനാൽ പത്രവാർത്തയുടെ നിജസ്ഥിതി ആരോടും അന്വേഷിക്കാൻ തരമില്ല.

സ്കൈ സൊല്യൂഷൻസ് പ്രൈവറ്റ് ലിമിറ്റഡ് എന്ന സ്കൂളിന്റെ ലെറ്റർ ഹെഡ്ഡിലുള്ള തൊഴിലുറപ്പ് കത്തും രണ്ടുലക്ഷം രൂപയ്ക്ക് അവർ തന്ന രസീതുമാണ് തെളിവായി കൈയിലുള്ളത്. കോടതിയിൽ ഇതു രണ്ടും നില്ക്കുമോ എന്നതു മാത്രമാണ് അറിയേണ്ട കാര്യം, പത്ര വാർത്ത സത്യ മാണെങ്കിൽ.

ഹേമ കരയാൻ തുടങ്ങുന്നു. ദിവസങ്ങൾക്കു മുമ്പ് പത്രത്തിലെ ഏതോ മൂലയിൽ കണ്ട നുറുങ്ങു പരസ്യം അവളാണാദ്യം ശ്രദ്ധിച്ചത്. നോക്കുമ്പോൾ അഖിലിന്റെ യോഗ്യതകൾ കൃത്യമായി തികഞ്ഞു വന്നി രിക്കുന്നു. പ്ലസ് ടു പാസായവർക്ക് പതിനയ്യായിരം രൂപയും ഡിഗ്രി കഴി ഞ്ഞവർക്ക് ഇരുപതിനായിരവുമാണ് വാഗ്ദാനം. ബന്ധപ്പെടേണ്ട രണ്ടു നമ്പറുകളും പരസ്യത്തിലുണ്ട്.

"ഒന്നു വിളിച്ചു നോക്കൂ," ഹേമയ്ക്ക് ഉത്സാഹം.

പ്ലസ് ടൂവിൽ തോറ്റ് വീണ്ടും തോറ്റ് പഠിപ്പുമതിയാക്കി നില്ക്കുന്ന അഖിലിനെ ഇനിയെന്തു ചെയ്യും എന്ന് തലവെടിച്ചു നടന്ന ദിവസങ്ങളാ യിരുന്നു. പ്ലസ് ടൂ മുഴുമിക്കാൻ നിർബ്ബന്ധിച്ചപ്പോൾ അവൻ കരഞ്ഞില്ലെ ന്നേയുള്ളൂ.

"പഠിക്കാൻ മാത്രം എന്നോട് പറയരുത്... ഞാനെന്തു ജോലിയും ചെയ്തോളം..."

"മാന്യമായ ജോലി കിട്ടണമെങ്കിൽ പഠിക്കാതെങ്ങനാ?"

"വയ്യ... പുസ്തകം എനിക്ക് പേടിയാണ്..."

എല്ലാ വിഷയങ്ങൾക്കും ട്യൂഷൻ ഏർപ്പെടുത്തിയപ്പോൾ അവൻ ഒന്ന യഞ്ഞു. അങ്ങനെ വിജയരേഖയുടെ വരമ്പ് കഷ്ടിച്ച് കടന്നു. ആ ബല ത്തിലാണ് സ്കൈ സൊല്യൂഷൻസിൽ ചേർക്കാം എന്ന ആലോചന രൂപ പ്പെട്ടത്.

രണ്ടാഴ്ച ക്ലാസ്റും ട്രെയിനിങ്. അതു കഴിഞ്ഞാൽ സർട്ടിഫിക്കറ്റിനു വേണ്ടിയുള്ള ഒരു പരീക്ഷ. അതു കഴിഞ്ഞാൽ നെടുമ്പാശ്ശേരിയിൽ പ്രായോഗിക പരിശീലനം. അതിന്റെ അടിസ്ഥാനത്തിൽ ഒരു പ്രോജക്ട് തയ്യാറാക്കണം. ഈ രണ്ടുഘട്ടങ്ങൾ വിജയകരമായി പൂർത്തിയാക്കിയാൽ ഇന്ത്യയിലെ ഏതെങ്കിലും എയർപോർട്ടിൽ 'ഗ്രൗണ്ട് ഹാൻഡ്ലിങ് സ്റ്റാഫ്' ആയി ജോലി കിട്ടും. ഒന്നോ രണ്ടോ കൊല്ലത്തെ പരിചയമായാൽ, ഭാഗ്യം കൂടി തുണച്ചാൽ ഏതെങ്കിലും വിമാനക്കമ്പനിയുടെ 'ഡയറക്ട് എംപ്ലോയി' ആകാം. അപ്പോൾ കമ്പനിയുടെ എല്ലാ ആനുകൂല്യങ്ങളും ലഭിക്കും.

കേട്ടപ്പോൾ തരക്കേടില്ല. അഖിലിന് പറ്റിയ പണിയാണ്. പറയാൻ ഒരു മാന്യതയുണ്ട്. ഇന്റർവ്യൂവിന് വരാൻ അവർ തീയതി പറഞ്ഞു. അഭി മുഖം ലളിതമായിരുന്നു. ലളിതമല്ലാത്തതായി തോന്നിയത് അവരാവശ്യ പ്പെട്ട രണ്ടു ലക്ഷം. അതു കൈമാറിയാൽ 'ജോബ് അഷ്വറൻസ്' ലെറ്ററും പണം കൈപ്പറ്റിയതിന് രസീതും കിട്ടും. കൃത്യനിർവ്വഹണത്തിൽ വീഴ്ച വന്നാൽ നിങ്ങൾക്ക് കോടതിയെ സമീപിക്കാം എന്നു കൂടി അവർ തെളിച്ചു

പറഞ്ഞപ്പോൾ വിശ്വാസം കുന്നുകയറി. കാര്യങ്ങൾ സുതാര്യമെങ്കിലും ഉറപ്പു കൊടുത്തില്ല. ആലോചിക്കട്ടെ എന്നൊരു വാക്കിൽ മടങ്ങി. വീട്ടിലെത്തി ഗൂഗിൾ സെർച്ചിൽ രമിച്ചപ്പോൾ മാത്രമാണ് ഒരു കല്ലുകടി തോന്നിയത്. സ്കൂളിന്റെ തലയെടുപ്പുള്ളൊരു ഫോട്ടോയും പരസ്യത്തിൽ കണ്ട മൊബൈൽ നമ്പറുകളുമല്ലാതെ മറ്റൊന്നുമില്ല. ആ രാത്രി ഉറക്കം വിട്ടുനിന്നു. ഒരു സന്ദേഹത്തിന്റെ പേരിൽ ഇതിൽനിന്നും മാറിയാൽ അഖിലിനെ ഏതു വഴിയിൽ കൊണ്ടു ചെന്നാക്കും എന്നാലോചിച്ചപ്പോൾ പിറ്റേ ദിവസവും ഉറക്കം പ്രശ്നമായി. രണ്ടും കല്പിച്ച് അവസാനം ഒരു തീരുമാനമെടുത്തു. പത്തുപേരോട് ചോദിച്ചാൽ പത്തഭിപ്രായം വരുമെന്നതിനാൽ ആരോടും പറയേണ്ടെന്നു വെച്ചു.

"ഒന്ന് സ്കൂളിനെ വിളിക്കൂ," ഹേമ കിതച്ചു.

"മണി പത്താവട്ടെ..."

പത്തു മണിയാണ് സ്കൈ സൊല്യൂഷൻസ് തുറക്കുന്ന സമയം.

"ഡയറക്ടറുടെ പേഴ്സണൽ നമ്പറുണ്ടല്ലോ... അതിലൊന്നു വിളിക്കൂ," ഹേമ വിടുന്നില്ല.

മഞ്ചേരിയിലെ ഒരു ഷമീർ ആണ് സ്ഥാപനത്തിന്റെ ഡയറക്ടർ. വിളിച്ചപ്പോൾ ഔട്ട് ഓഫ് കവറേജ് ഏരിയ. രണ്ടാമത്തെ സിമ്മിൽ ചൂണ്ടയിട്ടപ്പോൾ ദിസ് നമ്പർ ഡസ് നോട്ട് എക്സിസ്റ്റ്.

ഭയത്തിന്റെ ഗ്രാഫുയരുന്നു. പത്രവാർത്ത സത്യമെങ്കിൽ അടുത്ത നടപടിയെന്ത്?

കോട്ടയത്തുനിന്ന് പോളിന്റെ പപ്പ ലൈനിൽ വന്നു. അവരും പത്രവാർത്തയിൽ തകർന്നുലഞ്ഞിരിപ്പാണ്. വാർത്തയുടെ നിജസ്ഥിതിയറിയാനാണ് വിളി.

"നമുക്കൊന്ന് കൊച്ചിവരെ പോയാലോ?"

"ആദ്യം അവരെ ഫോണിൽ കിട്ടുമോ എന്നു നോക്കാം...."

പോളും അഖിലിനെപ്പോലെ പ്ലസ് ടുവിൽ കാലിടറി നിന്ന സന്തതി. പപ്പായുടെ റബ്ബർ തോട്ടത്തിൽ സഹായിയായി കൂടാം എന്ന മോഹം മാത്യൂസ് മുളയിലേ നുള്ളി. ഇനിയെന്ത് എന്നു ചിന്തിച്ചു നില്ക്കുമ്പോഴാണ് പ്രതീക്ഷയുടെ തിരിവെട്ടം പോലെ പത്രമൂലയിൽ പരസ്യം.

നേരം പത്തായെന്ന് ഹേമ ഓർമ്മപ്പെടുത്തുന്നു. സ്കൈ സൊല്യൂഷൻസിലേക്ക് വിളിച്ചപ്പോൾ ഇങ്ങനെയൊരു നമ്പർ നിലവിലില്ലെന്ന് സന്ദേശം. പത്രവാർത്തയുടെ സത്യാവസ്ഥ ഏതാണ്ടുറപ്പാവുന്നു.

ഹേമ നിലത്ത് കുന്തിച്ചിരുന്ന് ഒരു കരച്ചിലിന് തുടക്കമിട്ടു. പരസ്യം ശ്രദ്ധിച്ചതും സ്കൂളിൽ ചേർത്ത് പണം കൊടുത്തതും ഇപ്പോൾ പണം പോയതിനുമെല്ലാം ഉത്തരവാദി താനല്ലേ എന്ന മട്ടിൽ.

തീരെ വിചാരിക്കാത്ത ആ നിമിഷത്തിൽ അഖിൽ ലൈനിൽ വന്നു.

"നാട്ടിൽ എന്താച്ഛാ പ്രോബ്ലം?"

"എന്തു പ്രോബ്ലം.."

"സ്കൈ സൊല്യൂഷൻസ് പൂട്ടി എന്നും ജോലി അഷർ ചെയ്തു

കിട്ടിയ പണവുംകൊണ്ട് അവർ...”

“നീയെങ്ങനെ അറിഞ്ഞു?”

“പേപ്പർ കട്ടിങ് ഫൈസലിന്റെ ഉമ്മ വാട്സാപ്പിൽ അവനയച്ചിരുന്നു...”

പെട്ടെന്ന് മേലാകെ ഒന്നു വിയർത്തു.

“ആദ്യംതന്നെ പറയട്ടെ മോൻ... സ്കൈ സൊല്യൂഷൻസ് എന്ന പേര് വാർത്തയിലില്ല... പക്ഷേ, അതു നില്ക്കുന്ന സ്ഥലത്തെക്കുറിച്ചുള്ള സൂചനവച്ച് നോക്കുമ്പോൾ...”

“അച്ഛാ... നമ്മുടെ ടൂ ലാക്സ്...”

“ഇനി അതിനെക്കുറിച്ച് ബേജാറായിട്ട് കാര്യമില്ല... ഇത് നമ്മുടെ മാത്രം പ്രശ്നമല്ലല്ലോ...”

പരപ്പനങ്ങാടിയിലെ ഫൈസലാണ് ഇതിൽ അകപ്പെട്ട മറ്റൊരു കക്ഷി. അവൻ പക്ഷേ, പ്ലസ്ടു കഴിഞ്ഞ് ഡിഗ്രിയുടെ പോസ്റ്റിൽ ഗോളടിച്ചവനാണ്. അതിനാൽ ഇരുപതിനായിരമാണ് ശമ്പളം. ഉപ്പയില്ലാത്തതിനാൽ അവന്റെ ഉമ്മ വീട് പണയം വച്ചുണ്ടാക്കിയതാണ് മൂന്നു ലക്ഷം. കൂടുതൽ ശമ്പളമുള്ളവന് കൂടുതൽ തുക.

അഖിലും പോളും ഫൈസലും ജോലികിട്ടും എന്ന ഉറപ്പിന്മേൽ ഡൽഹിയിൽ അനിശ്ചിതമായി തുടരുന്നു. ക്ലാസ് റൂം ട്രെയിനിങ്ങും നെടുമ്പാശ്ശേരിയിലെ പ്രോജക്ട് വർക്കും കഴിഞ്ഞപ്പോൾ ഡയറക്ടർ പറഞ്ഞു.

“അല്പം കൂടി വെയ്റ്റ് ചെയ്യണം... പ്രോബബ്ലി ടൂ വീക്സ്...”

രണ്ടാഴ്ച കഴിഞ്ഞപ്പോൾ ഒരു രണ്ടാഴ്ച കൂടി സമയം പറഞ്ഞു. കോഴിക്കോട് വിമാനത്താവളത്തിന്റെ റൺവേ നവീകരണം നീണ്ടുപോകുന്നതാണ് കാരണമെന്നായിരുന്നു കാലതാമസത്തിന് നല്കിയ വിശദീകരണം. അപ്പോൾ ജോലിസ്ഥലം ഉറപ്പായോ എന്ന സംശയത്തിന് ഡയറക്ടർ കൃത്യമായ ഒരുത്തരം നല്കാതെ ഒന്നുരുണ്ടു. പിന്നെയും സമയം നീണ്ടപ്പോൾ അയാൾക്ക് സമ്മർദ്ദമായി. അതോടെ വിളിച്ചാൽ ഫോണെടുക്കാതായി. സ്കൂൾ സ്റ്റാഫിനെ വിളിച്ചപ്പോൾ വ്യക്തമായ ഒരുത്തരം തരാൻ കഴിയാതെ അവരും തടുമാറി. നിരന്തര പരിശ്രമത്തിനിടെ ഡയറക്ടറെ ലൈനിൽ കിട്ടിയ ഒരു നിമിഷം “പൊലീസിൽ പരാതിപ്പെടണോ” എന്ന് മാത്യൂസ് അല്പം ശബ്ദം കടുപ്പിച്ചപ്പോൾ അയാൾ ശരിക്കും വിരണ്ടിരിക്കണം. ഉടൻ ഡൽഹിക്കു പുറപ്പെടാൻ പിറ്റേന്ന് എല്ലാ കുട്ടികൾക്കും അറിയിപ്പ് വന്നു.

“അടുത്ത ബുധനാഴ്ച ഇന്റർവ്യൂ...”

ഇന്റർവ്യൂ വെറുമൊരു വഴിപാട്! പണം കൊടുത്തുള്ള കളിയായതിനാൽ പിൻവാതിലൂടെ കയറ്റിവിടൽ. അഭിമുഖചോദ്യങ്ങൾ വെറുമൊരു കൺകെട്ട്.

തത്കാലിൽ സെക്കൻഡ് എ സിയിലാണ് ടിക്കറ്റ് തരപ്പെട്ടത്. ഇലപ്പൊതികളിൽ വഴിഭക്ഷണം, ഇടനേരത്തിന് ബിസ്കറ്റ്, മുറുക്ക്, അച്ചപ്പം, പേൾപെറ്റ് കുപ്പികളിൽ ഫിൽറ്റർ ചെയ്ത വെള്ളം എന്നിവ ബാഗുകളിൽ ഇടംപിടിച്ചു. ഡൽഹി സ്റ്റേഷനിൽ ഏജന്റിന്റെ പ്രതിനിധിയെത്തി. മൂന്നു

പേർക്ക് താമസിക്കാൻ പാകത്തിൽ ഒരു മുറി, യഥാനേരം ഭക്ഷണം എന്നിവ അയാൾ ഒരുക്കി. പുതിയ അന്തരീക്ഷത്തിൽ എത്തിപ്പെട്ട ആഹ്ലാദത്തിലും തൊഴിലുറപ്പിലും അവരിൽ കാണപ്പെട്ട ഊർജ്ജവും ഉന്മേഷവും വാട്സാപ്പ്/വൈബർ ശബ്ദങ്ങളിൽ പ്രകടമായി. ബുധനാഴ്ച വരെ സമയം നീങ്ങിക്കിട്ടാൻ കുട്ടികൾ ഷോപ്പിങ്മാളുകൾ കയറിയിറങ്ങി. ബുധനാഴ്ച ഇന്റർവ്യൂവിന് ചെന്നപ്പോൾ ഏജന്റ് പറയുന്ന കഥ ഇങ്ങനെ:

"സ്കൈ സൊല്യൂഷൻസിന് നിങ്ങൾ കൊടുത്ത പണത്തിൽ ഞങ്ങൾക്കുള്ള വിഹിതം ഇതുവരെ കിട്ടിയിട്ടില്ല. കിട്ടിയാലുടൻ ജോലി ഉറപ്പ്."

"അപ്പോൾ ആ പണം?"

"അധികൃതർ 'റോൾ' ചെയ്തതാവാം എന്ന് നിരൂപിക്കാനേ തല്ക്കാലം തരമുള്ളൂ."

പത്രമൂലകളിൽ നിത്യവും തുണ്ടുപരസ്യങ്ങൾ വരുന്നു. ഇരകൾ വലയിൽ കുടുങ്ങുന്ന മുറയ്ക്ക് ഡൽഹിയിലെ ഏജന്റിന്റെ അക്കൗണ്ടിലേക്ക് പണമയക്കുന്നുണ്ടാവണം. പണം കിട്ടുന്ന മുറയ്ക്ക് അയാൾ പിൻവാതിലിലൂടെ ജോലി വാങ്ങിക്കൊടുക്കുന്നു. കൊച്ചിയിലെ സ്കൂളും ഡൽഹി ഏജന്റും തമ്മിൽ ടയ്യപ്പ്. ഏജന്റും കമ്പനി എച്ച് ആറും തമ്മിൽ ടയ്യപ്പ്. ഡോക്ടർ മരുന്നു കമ്പനിയുമായി ടയ്യപ്പ് പോലെ. ജ്യോത്സ്യനും പരികർമ്മിയും തമ്മിൽ ടയ്യപ്പ് പോലെ. എങ്കിലും സാരമില്ല. ജോലി കിട്ടുകയാണെങ്കിൽ ഈ 'അറേഞ്ച്മെന്റ്' കുഴപ്പമില്ലെന്നു തോന്നി.

ഏജന്റിൽനിന്നും കിട്ടിയ ഈ ഇടപാടറിവ് ഡയറക്ടറെ ബോദ്ധ്യപ്പെടുത്തിയപ്പോൾ ആദ്യമൊന്ന് ഞെട്ടിയെങ്കിലും അയാൾ സംഗതി അംഗീകരിച്ചു. ചെറിയൊരു സാമ്പത്തിക ഞെരുക്കം അയാൾ സമ്മതിച്ചു. സ്കൈ സൊല്യൂഷൻസ് ഇപ്പോൾ നില്ക്കുന്നത് വാടക കെട്ടിടത്തിലാണ്. വിപുലീകരണത്തിന്റെ ഭാഗമായി വൈകാതെ സ്വന്തം കെട്ടിടത്തിലേക്ക് മാറുകയാണ്. അതിന് വലിയ സംഖ്യ മുതൽമുടക്കുണ്ട്. പത്രത്തിൽ പരസ്യം കൊടുത്തും അപേക്ഷകരിൽനിന്ന് യോഗ്യരായവരെ തെരഞ്ഞെടുത്തും അവരിൽനിന്ന് പണം സ്വീകരിച്ചും ഞങ്ങൾ സാമ്പത്തികം മാനേജ് ചെയ്യുകയാണ്. ഇവിടെ 'കാൻഡിഡേറ്റ്സ്' പണം തരുന്നതനുസരിച്ച് അവിടെ ഡൽഹിയിൽ ആളുകളെ ജോലിക്ക് കയറ്റും. ഇതാണ് മൊത്തത്തിൽ ഒരു സംവിധാനം.

അയാളുടെ തുറന്നുപറച്ചിൽ വലിയ സമാധാനമാണുണ്ടാക്കിയത്. അല്പം വൈകിയാലും ജോലി ഉറപ്പാണല്ലോ.

വീണ്ടും മാത്യൂസ് ലൈനിൽ വന്നു. അവിടുത്തെ പത്രങ്ങളിൽ വന്ന മറ്റൊരു തട്ടിപ്പുകഥ തെല്ലൊരു നടുക്കത്തോടെ അയാൾ അയവിറക്കി. സ്ഥലം കൊച്ചി തന്നെ. ഓപ്പറേഷന്റെ സ്വഭാവത്തിലും മാറ്റമില്ല. മേഖലയും തൊഴിൽസ്ഥലവും വേറെയാണെന്നു മാത്രം.

"പറയൂ മാത്യൂസ്.... വാട്ട് ഹാപ്പന്റ് എക്സാറ്റ്ലി..."

"കാനഡയിലെ ആശുപത്രികളിലേക്ക് നഴ്സുമാരെ ആവശ്യമുണ്ടെന്ന്

ഒരു സ്ഥാപനത്തിന്റെ പരസ്യം. ഉയർന്ന ശമ്പളം വാഗ്ദാനം. അതനുസരിച്ച് കൊടുക്കേണ്ട പണവും വലുതാണ്. നമ്മൾ കൊടുത്തതിന്റെ ഏകദേശം മൂന്നിരട്ടി. നഴ്സിങ് പഠിച്ച് ജോലിയില്ലാതിരിക്കുന്ന പെൺകുട്ടികളും തുച്ഛ ശമ്പളം കൈപ്പറ്റുന്ന യുവതികളും പരസ്യത്തിൽ ആകൃഷ്ടരായി കൊച്ചിയിലെത്തുന്നു. പാസ്പോർട്ടില്ലാത്തവർക്ക് സ്ഥാപനം പാസ്പോർട്ടെടുത്തു കൊടുക്കുന്നു. പണം കൈപ്പറ്റുന്ന മുറയ്ക്ക് അവരെ മുംബൈക്ക് കയറ്റി വിടുന്നു. അവിടെയാണ് അവരുടെ ഏജന്റ്. നഴ്സുമാരെ കാനഡയിലേക്ക് കയറ്റിയയക്കേണ്ട ദൈവം. കാനഡയിലെത്തിയ ശേഷമാണ് യഥാർത്ഥ കളി. ആശുപത്രിക്കെന്നും പറഞ്ഞ് പെൺകുട്ടികളെ അവിടെ എത്തിച്ചിട്ടുള്ളത് ആശുപത്രിപ്പണിക്കല്ല. എന്തിനായിരിക്കുമെന്ന് ഞാൻ പറയാതെ തന്നെ ഊഹിക്കാമല്ലോ. അവിടെ ജീവിക്കാനോ നാട്ടിലേക്ക് മടങ്ങാനോ കഴിയാതെ മാനംവിറ്റു കഴിയുകയാണ് നമ്മുടെ കുട്ടികൾ. വീട്ടുകാരും നാട്ടുകാരുമറിഞ്ഞ് സംഗതി പ്രശ്നമായപ്പോൾ നമ്മുടെ കൊച്ചിയിലെ സ്ഥാപനം ലോകത്തിൽ വച്ചേറ്റവും വലിയൊരു പൂട്ടു വാങ്ങി. ബന്ധപ്പെട്ടവർ പരാതി കൊടുത്തതിനെത്തുടർന്ന് പൊലീസിപ്പോൾ തലവേദന പിടിച്ച് പായുകയാണ്.

"ഇവിടുത്തെ എഡിഷനിൽ മെയ്ൻ ന്യൂസാണ്," മാത്യൂസ് പകച്ചുപകച്ച് സംസാരിച്ചു. "ഞാൻ വാട്സാപ്പിൽ അയക്കാം..."

"ആട്ടെ നമ്മളിനി എന്തു ചെയ്യണം?" അയാൾ കരച്ചിലിനെ പ്രാപിക്കുമെന്നായി.

"വരട്ടെ," മാത്യൂസ് സംയമനത്തോടെ സംസാരിച്ചു. "പത്രവാർത്തയിൽ വന്ന സ്കൂളേതെന്ന് ആദ്യം സ്ഥിരീകരിക്കണം. എന്നിട്ട് ബാക്കി കാര്യങ്ങൾ തീരുമാനിക്കാം..."

"എങ്ങനെ?"

"നമ്മൾ പേരെൻസെല്ലാം കൂടി ഒന്നു കൊച്ചിവരെ പോകേണ്ടിവരും... അവർ തന്ന ജോബ് അഷ്വറൻസ് ലെറ്ററും ക്യാഷ്റസീറ്റും കൈയിലെടുക്കണം. ദിവസം ഞാനറിയിക്കാം..."

മാത്യൂസ് ഉത്തരവാദിത്വം ഏറ്റെടുത്തതിൽ ആശ്വാസം തോന്നി.

അഖിൽ വീണ്ടും ലൈനിൽ വന്നു.

"വാട്സാപ്പിൽ കണ്ട ന്യൂസ് കൺഫേംഡാണോ അച്ഛാ?"

"അറിയില്ല... ഉറപ്പില്ല... അവിടുത്തെ ഏജന്റ് എന്തു പറയുന്നു?"

"പൈസ കിട്ടിയാലുടൻ ജോലി ശരിയാക്കിത്തരാം എന്നാണ് അവരിപ്പോഴും പറയുന്നത്," അവൻ ഒന്നു നിർത്തി. പിന്നെ ആത്മഗതം പോലെ പറഞ്ഞു. "അച്ഛാ... ടു ലാക്സ് ചെറിയ എമൗണ്ടല്ല.."

"ഐ നോ... ഐ നോ..."

പരസ്യങ്ങളിൽ ഉപയോഗിക്കുന്ന പല മൊബൈൽ നമ്പരുകളുടെ സിമ്മുകളും കാര്യം കഴിഞ്ഞാൽ ബന്ധപ്പെട്ടവർ നശിപ്പിച്ചു കളയുന്നതായി ഒരു വാർത്ത ഈയിടെ ടി വിയിൽ കണ്ടത് അയാളോർത്തു. പത്രത്തിലെ ഒരു നുള്ളു പരസ്യം വെട്ടിയുണ്ടാക്കിയ കുഴി!

മറ്റു പത്രങ്ങളിൽ ഈ വാർത്ത വന്നിട്ടുണ്ടോ എന്നറിയാൻ ഹേമ അയൽവീട്ടിലേക്ക് പോയി. ഒരു സിഗരറ്റ് കത്തിക്കാനായി തീപ്പെട്ടി തെരയുമ്പോൾ മാത്യൂസ് വീണ്ടും ലൈനിൽ.

“നാളെ കാലത്ത് പത്തു മണിക്ക് എം ജി റോഡിലെ ഗോൾഡൻ പ്ലാസയ്ക്ക് മുന്നിൽ നമ്മൾ കണ്ടുമുട്ടുന്നു. ഫൈസലിന്റെ ഉമ്മയേയും അറിയിച്ചിട്ടുണ്ട്. എന്റെ കോബ്രദറിന്റെ കസിൻ ഇടപ്പള്ളി സ്റ്റേഷനിൽ എസ്സൈയാണ്. അയാളെയും കൂട്ടാം. അപ്പോ എല്ലാം പറഞ്ഞ പോലെ.”

“ഷുവർ. നമുക്ക് നാളെ കാണാം...”

നാളെ അവിടെച്ചെല്ലുമ്പോൾ സ്കൈ സൊല്യൂഷൻസ് പ്രൈവറ്റ് ലിമിറ്റഡ് എന്നൊരു സ്ഥാപനം തന്നെ സ്ഥലത്തുണ്ടാവുമോ എന്ന കാര്യത്തിൽ അയാൾക്ക് സന്ദേഹമായി. ആകർഷകമായ ഒരു ലൈറ്റർ ഹെഡ്ഡും ഒരു കൃത്രിമ രസീതുമുണ്ടാക്കാൻ ഇക്കാലത്തെന്താണ് പ്രയാസമെന്ന് സംഭാഷണമദ്ധ്യേ മാത്യൂസ് പറഞ്ഞത് മനസ്സിൽ കോടാലിത്തലപ്പായി.

അഖിൽ വീണ്ടും ലൈനിൽ.

അയൽവീട്ടിൽനിന്ന് പത്രം നോക്കി വരുന്ന വഴി ഓർക്കാപ്പുറത്ത് ഉണക്കത്തേങ്ങ തലയിൽ വീണിട്ടാവണം ഹേമയുടെ ‘അയ്യോ’ നിലവിളി അലമുറ പോലെ കാതിൽ വന്നലച്ചു.

ഒരഴിഞ്ഞാട്ടക്കാരന്റെ ആത്മഗതങ്ങൾ

എവിടേയും എപ്പോഴും നടക്കാവുന്ന ഒരു സാധാരണ സംഭവമെന്ന് ഇതിനെ മുഖംതിരിച്ച് കളയാനാവില്ല. ഇത് ഒരു സാധാരണ സംഭവമല്ല. എവിടേയും എപ്പോഴും നടക്കുകയുമില്ല. ഒരു പാപിയായി പിറന്നവന്റെ ജീവിതത്തിൽ, ഒന്നിനേയും കൂസാതെ കുടിച്ചും കൂത്താടിയും ജീവിച്ച ഒരു അഴിഞ്ഞാട്ടക്കാരന്റെ ജന്മപത്രികയിൽ ദൈവം എഴുതിച്ചേർത്ത കറുത്ത വിളംബരം.

ജീവിതത്തിന്റെ ചില സന്ദർഭങ്ങളിൽ ഉത്തരം കിട്ടാത്ത ഒരുപാട് ചോദ്യങ്ങളുണ്ടാവില്ലേ ബാലകൃഷ്ണൻ? സമസ്യകൾ, പ്രഹേളികകൾ എന്നൊക്കെ നാം പറയാറില്ലേ? അങ്ങനെയൊക്കെയാണ് തോന്നുന്നത്. നിന്നോട് തുറന്ന് സംസാരിക്കുന്നതിലൂടെ ഈ സംഭവത്തിനു പിന്നിലെ നിഗൂഢതകൾ അന്വേഷിക്കുക കൂടിയാണ് ഞാൻ...

ആദ്യമേ ഒരു വ്യവസ്ഥവെക്കുന്നു. ഞാൻ പറയുന്നത് മുഴുവൻ നീ കേൾക്കണം. ഇടയ്ക്ക് കയറി ഒരഭിപ്രായവും പാസാക്കരുത്. എഗ്രീഡ്?

സുരേഷിനെ നിനക്കറിയാമല്ലോ, കുഞ്ഞുംനാൾ തൊട്ടേ ഒരന്തർമ്മുഖൻ... ആരോടും ഇടകലരാതെ മുറിയിൽ കതകടച്ചിരിക്കുന്ന ഒരു ബുക്‌വേം...പഠിച്ച സ്കൂളിൽനിന്നും ഇതുവരെ ഒരു പരാതിയും ഉണ്ടാക്കാത്ത മിടുക്കൻ... ക്ലാസിൽ ഒന്നാമൻ... അവൻ എന്റെ സ്വകാര്യ അഹങ്കാരമായിരുന്നു.

സുജാതയുടെ സ്വഭാവം നേരെ വിപരീതം. ആരുമായും പെട്ടെന്ന് സൗഹൃദം സ്ഥാപിക്കുന്ന ചോക്ലേറ്റ് ഗേൾ. സ്കൂൾ സൗന്ദര്യം... എല്ലാ ടീച്ചർമാർക്കും അവളുടെ വികൃതിയെക്കുറിച്ച് പറയാനേ നേരമുണ്ടായിരുന്നുള്ളു. അവൾ നേരാംവണ്ണം പഠിച്ചില്ല. പ്രോഗ്രസ് കാർഡിൽ എന്റെ ഒപ്പിടാൻ മടിച്ചില്ല. എന്നിട്ടും അവൾ എന്റെ സ്വകാര്യ അഹങ്കാരമായിരുന്നു.

മാതൃകാകുടുംബം എന്നാണ് 'റിവേറ' അപാർട്ട്മെന്റിൽ എല്ലാവരും ഞങ്ങളെ വിശേഷിപ്പിച്ചത്. എനിക്ക് ബാങ്കുദ്യോഗം, ലളിത ഇൻഷുറൻസ് കമ്പനിയിൽ ഓഫീസർ, ടെഡ്ഡി ബൊമ്മകൾ പോലെ രണ്ടു കുരുന്നുകൾ. ഇതിൽക്കൂടുതൽ എന്തുവേണം? ശരിയല്ലേ. പുറമേ നിന്ന് കാണുന്നവർക്ക് ഇതിൽ കൂടുതൽ ഇനിയെന്തു വേണം?

പക്ഷേ, തീർത്തും സഹജമെന്ന് തോന്നാവുന്ന ചില പ്രശ്നങ്ങൾ ഞങ്ങൾക്കിടയിലുണ്ടായിരുന്നു, ബാലകൃഷ്ണൻ. ഏതു കുടുംബത്തിലും നടക്കാവുന്നതെന്ന് കരുതി തള്ളിക്കളഞ്ഞത് തെറ്റായിപ്പോയെന്ന് ഇപ്പോൾ തോന്നുന്നു.

വേണ്ട. ഒന്നും ചോദിക്കേണ്ട. ഞാൻ പറയുന്നത് മുഴുവൻ കേൾക്കുക.

ഏതു വീട്ടിലാണ് കുട്ടികൾ തമ്മിൽ വഴക്കിടാതിരിക്കുക? ഒന്നോ രണ്ടോ മണിക്കൂറിനുള്ളിൽ അതു തീരും. അല്ലെങ്കിൽ മുതിർന്നവർ ഇട പെട്ട് തീർത്തുവെക്കും. എനിക്കോ ലളിതയ്ക്കോ ഒത്തുതീർപ്പാക്കാൻ പറ്റുന്നതായിരുന്നില്ല സുരേഷിന്റെയും സുജുവിന്റേയും പിണക്കങ്ങൾ. ഒരു പെൻസിൽ, ഒരു റബ്ബർ എന്നിവയിൽ തുടങ്ങുന്ന ശണ്ഠകൾ വലിയ അടിപിടിയിലും അയൽപക്കങ്ങൾ കാതു പൊത്തുന്ന അലർച്ചയിലും വരെ എത്തിയ അനുഭവങ്ങളുണ്ട്. ഒരുമിച്ച് സ്കൂളിലേക്ക് പോയി വന്നിരുന്നവർ വ്യത്യസ്ത സമയങ്ങളിലും വഴികളിലുമാണ് പ്രത്യക്ഷപ്പെട്ടത്. മാസങ്ങളോളം അതു നീണ്ടു. അവസാനം അതേ പെൻസിലും റബ്ബറും തന്നെ ഇണക്കത്തിനും വഴിയൊരുക്കി. സ്നേഹമായിക്കഴിഞ്ഞാൽ പിന്നെ അടുത്ത പൊട്ടിത്തെറി വരെ വലിയ സ്നേഹമാണ്. കെട്ടിപ്പിടിത്തത്തിലും ചുംബനത്തിലും എത്തുമ്പോൾ മാത്രം ഞാൻ വിലക്കും. എന്തൊക്കെയായാലും ആൺപെൺ വ്യത്യാസം നാം മറക്കരുതല്ലോ.

സുരേഷിൽ ശബ്ദമാറ്റവും പൊടിമീശയും കണ്ടു തുടങ്ങിയപ്പോൾ വീട്ടിൽ വെച്ചുള്ള കുടി നിർത്തണമെന്നായി ലളിത. നിനക്കറിയാമല്ലോ, ബാറിൽ പോയി കഴിക്കുന്നത് എനിക്കിഷ്ടമല്ല. ഒന്ന്, വണ്ടിയോടിച്ചു വരാനുള്ള പ്രയാസം... രണ്ട്, പല പരിചയക്കാരേയും കാണുന്നതുമൂലമുള്ള പ്രശ്നം. എന്തുകൊണ്ടും സെയ്ഫ് വീടു തന്നെയാണ്. വീട്ടിലാവുമ്പോൾ അളവു കൂടില്ല. വേണ്ടാത്ത വർത്തമാനങ്ങളും കശപിശയുമില്ല. എന്തെങ്കിലും കഴിച്ച് കിടന്നാൽ മതി.

സുരേഷ് കുട്ടിയായിരുന്നപ്പോൾ അച്ഛൻ കഴിക്കുന്നത് തലവേദനയ്ക്കുള്ള മരുന്നാണെന്ന് പറഞ്ഞ് പറ്റിച്ചിരുന്നു. വല്ലപ്പോഴും കഴിക്കാതിരുന്ന സന്ദർഭങ്ങളിൽ അവൻ ചോദിക്കും.

"ഇന്നെന്താ അച്ഛന് തലവേദയില്ലേ?"

ഒരിക്കൽ അവന് തലവേദന വന്നപ്പോൾ അച്ഛന്റെ മരുന്ന് എനിക്കും വേണമെന്ന് ശാഠ്യമായി. നിലവിളിയും ബഹളവുമായപ്പോൾ അവൻ കാണാതെ ഒരു തക്കാളിമിക്സ് ഉണ്ടാക്കി കുപ്പിയിൽനിന്നും ഒഴിക്കുന്നതുപോലെ കാണിച്ച് സമാധാനിപ്പിച്ചു. പിന്നെപ്പിന്നെ ടി വിയിലും സിനിമയിലും മറ്റും കണ്ടും ഡിക്രൂസ് നാലു കാലിൽ നടക്കുന്നതു നോക്കിയും

അവൻ കാര്യം മനസ്സിലാക്കി. ഒന്നു രണ്ടു തവണ ബാൽക്കണിയിൽ കഴിച്ചുകൊണ്ടിരിക്കുമ്പോൾ എത്തിനോക്കുന്നതു കണ്ടു. മറ്റൊരിക്കൽ മൂത്രമൊഴിക്കാൻ പോയ തഞ്ചം നോക്കി ഗ്ലാസിൽ ബാക്കിയിരുന്നത് വലിച്ച് വെടുപ്പാക്കി. നിത്യവും രാത്രിയായാൽ അച്ഛൻ കഴിക്കുന്നത് എന്താണെന്നറിയാനുള്ള ആകാംക്ഷ അവനിൽ ഉടലെടുത്തിരിക്കണം. ഞാനില്ലാത്ത സമയം അവൻ കാലിക്കുപ്പികൾ മണത്തു നോക്കുന്നുണ്ടെന്നും ബ്രാന്റുകളുടെ പേരുകൾ വായിച്ചുരുവിടുന്നുണ്ടെന്നും ലളിത സ്വകാര്യം പറഞ്ഞു. അപ്പോഴും അവൻ ഭയപ്പെടേണ്ട കുട്ടിയാണെന്ന് എനിക്ക് തോന്നിയിരുന്നില്ല, ബാലകൃഷ്ണൻ.

നോ. നീ ഒന്നും പറയണ്ട. ആദ്യം എന്നെ പറയാനനുവദിക്കുക. ഞാൻ പറയുന്നത് മുഴുവനും കേൾക്കുക.

സുജുവാകട്ടെ എന്റെ ഈ ശീലത്തെ കൈയടിച്ച് പ്രോത്സാഹിപ്പിക്കുകയാണ് ചെയ്തത്. തലവേദനയ്ക്കുള്ള മരുന്നു കഴിച്ചാൽ അച്ഛൻ രസികനാണെന്നും പുതിയ തമാശകൾക്ക് തിരി കൊളുത്തുമെന്നും ചോദിച്ചതെന്തും വാങ്ങിത്തരുമെന്നും അവൾ കണ്ടുപിടിച്ചു.

"മൈ പ്രെറ്റി ലോഡ്.. അച്ഛന് എന്നും തലവേദന വരുത്തണേ..."

കുടിയുടെ കാര്യത്തിൽ അതുവരെ ഉദാരയായിരുന്ന ലളിത നിയന്ത്രണം ഏർപ്പെടുത്താനുള്ള ശ്രമത്തിന്റെ ഭാഗമായി ഒന്നും രണ്ടും പറയാനും കലഹിക്കാനും തുടങ്ങി.

"അവൻ വളർന്നു വരുന്ന കുട്ടിയാണ്," ലളിത പറഞ്ഞു. "മദ്യപാനം ഒരു കുറ്റമല്ലെന്ന് തോന്നുകയും നിങ്ങളെ അവൻ റോൾ മോഡലാക്കുകയും ചെയ്താൽ..."

ഇതെല്ലാം വരികൾക്കിടയിലെ വായനയാണെന്ന് അവളെ കുറേ ചീത്ത വിളിച്ചു. എഴുതാപ്പുറം വായിക്കൽ നിന്റെ ജന്മസ്വഭാവമാണെന്ന് കുറ്റപ്പെടുത്തി. അപ്പോൾ ലളിത നെഞ്ചത്ത് കല്ലിട്ടതുപോലെ ചോദിച്ചു.

"നാളെ സുജുവിന്റെ ഹസ്ബന്റ് ദിവസവും ഇങ്ങനെ കുടിച്ചാൽ നമ്മൾക്ക് ഇഷ്ടമാവുമോ? എന്റെ മകളുടെ ജീവിതം എന്ന് നാം വേവലാതിപ്പെടില്ലേ? അങ്ങനെ ചിന്തിക്കുന്ന പക്ഷം എന്റെ അച്ഛനും അമ്മയും എന്നെയോർത്ത് എത്ര കരയണം?"

യുക്തിപൂർവ്വം സംസാരിക്കുന്ന കാര്യത്തിൽ അതുവരെ ലളിതയിൽ എനിക്കത്ര വിശ്വാസം പോരായിരുന്നു, ബാലകൃഷ്ണൻ. അന്ന് തികഞ്ഞ പക്വമതിയെപ്പോലെ അവൾ ഉതിർത്ത ചോദ്യങ്ങൾ എന്നെ ശരിക്കും അത്ഭുതപ്പെടുത്തി. അവളുടെ പ്രതിരോധത്തെ മയപ്പെടുത്താൻ ഞാൻ കണ്ടെത്തിയ വിദ്യ പക്ഷേ, കുറെ കടന്ന കൈയായിപ്പോയി. പണ്ട് ഹണിമൂൺ സമയത്തും അപൂർവ്വം പാർട്ടികളിലും ലളിത രുചിച്ച് മറന്ന 'വോഡ്ക വിത് ലൈം കോഡിയൽ' ഞാൻ വീട്ടിൽ പുനരവതരിപ്പിച്ചു. ആർക്കും ഒരു സംശയവും തോന്നാത്ത ഡ്രിങ്കായിരുന്നു അത്. രക്തത്തിൽ അലിഞ്ഞ് നിശ്ശബ്ദമായി അത് സിരകളെ ഉത്തേജിപ്പിച്ചുകൊണ്ടിരിക്കും. കഴിച്ച സന്ദർഭങ്ങളിലെല്ലാം ലളിത അതാസ്വദിച്ചിട്ടുണ്ടെന്ന് അറിയാമായിരുന്ന

തുകൊണ്ടാണ് ഞാൻ ആ തന്ത്രം ഒന്നു പയറ്റിനോക്കിയത്. അത് ശരിക്കും ഏശി. കുളിമുറിയിൽ വച്ച് സ്വകാര്യമായി മിക്സ് ചെയ്തശേഷം മോഡുലാർ കിച്ചന്റെ റാക്കിൽ ഞാനത് കൊണ്ടുപോയി വെക്കും. അടുക്കളയിൽ ചപ്പാത്തി ചുടുന്ന വേളയിൽ ആരുമറിയാതെ ലളിത അത് അകത്താക്കും. സുരേഷിനും സുജുവിനും യാതൊരു സംശയവും ഉണ്ടായില്ല. മനസ്സ് തുറന്ന് ഒന്നു പൊട്ടിച്ചിരിക്കണമെന്നോ ഒരു തമാശ പറയണമെന്നോ തോന്നിയിരിക്കാമെങ്കിലും പെരുമാറ്റ നിയന്ത്രണത്തിന്റെ കാര്യത്തിൽ ലളിത അത്യധികം ബോധവതിയായിരുന്നു. എങ്കിലും ഞങ്ങൾക്കിടയിൽ ചില വീഴ്ചകൾ വന്നിട്ടുണ്ടെന്ന് പറയാതിരിക്കാനും വയ്യ.

വെയിറ്റ്. തീർന്നില്ല. പറയാനുള്ളത് മുഴുവൻ കേട്ടശേഷം നിനക്ക് പ്രതികരിക്കാം.

തീർത്തും സ്വകാര്യമാണ്, ബാലകൃഷ്ണൻ. എന്തു ചുറ്റുപാടിലും ആരോടും ഇതു പറയില്ലെന്ന് നീയെനിക്ക് സത്യം ചെയ്തു തരണം. പ്രോമിസ്? ലളിത ജിംലറ്റ് കഴിക്കാൻ തുടങ്ങിയതോടെ എനിക്കെന്റെ കുതിരദിനങ്ങൾ തിരിച്ചുകിട്ടി. ഞങ്ങൾ പൂർവ്വാധികം ഊർജ്ജത്തോടെ ഒരു മറയുമില്ലാതെ ബന്ധപ്പെടാൻ തുടങ്ങി. പ്രായമായി വരുമ്പോൾ ഈ ജീവിതം നമുക്കിനി അധികകാലമില്ലല്ലോ എന്ന ആവേശത്തിലാണ് കുതിപ്പ്. അത് നിത്യവും എന്ന മട്ടിൽ തുടർന്നു. ഒരു ദിവസം പെട്ടെന്ന് എന്തോ ശബ്ദം കേട്ട് നോക്കുമ്പോൾ വാതിൽവിടവിൽ സുരേഷിന്റെ തല. കതക് കുറ്റിയിടാൻ മറന്നു പോയ കാര്യം അപ്പോഴാണറിയുന്നത്. ഞങ്ങളുടെ ഭാഗത്തുനിന്നു സംഭവിച്ച വീഴ്ചയായിരുന്നു അത്. മുൻപ് ഏതെല്ലാം ദിവസങ്ങളിൽ ഇങ്ങനെ സംഭവിച്ചിട്ടുണ്ടാകും എന്നതായി പിന്നെ ബേജാറ്. അതോടെ അവനെ ഫേസ് ചെയ്യാൻ വല്ലാത്ത ഒരു ചമ്മൽ. കുറച്ചുനാൾ ലളിത അവന്റെ മുഖത്തു നോക്കിയില്ല എന്നു തന്നെ പറയാം. എനിക്കും അവനെ കാണുമ്പോൾ ഒരു ജാള്യം.

അങ്ങനെയിരിക്കെ ഒരു നാൾ സുജ വയസ്സറിയിച്ചു. ഇനി അവളും അവനും ഒരുമിച്ച് ഒരു കട്ടിലിൽ കിടക്കുന്നത് ശരിയല്ലെന്ന് ഞങ്ങൾക്ക് തോന്നിത്തുടങ്ങി. ആകെ രണ്ടു കിടപ്പുമുറികളുള്ള ഫ്ളാറ്റിൽ സ്ഥലം ഉണ്ടാക്കുന്ന സംഘർഷം വളരെ വലുതായിരുന്നു. ഒരു മുറിയിൽ ലളിതയും സുജുവും, മറ്റേതിൽ ഞാനും സുരേഷും എന്ന് കിടപ്പുസംവിധാനം ഒന്നു ക്രമപ്പെടുത്തി. അതല്ലേ അതിന്റെ ശരി ബാലകൃഷ്ണൻ? ഏതായാലും എന്റെ അശ്വദിനങ്ങൾ അതോടെ അസ്തമിച്ചു.

മദ്യം കഴിച്ച് സുരേഷിന്റൊപ്പം ഒരേ കട്ടിലിൽ കിടക്കാൻ എനിക്കൊരു വല്ലായ്മ... ഇത് ആഴ്ചയിലൊരിക്കൽ ആയിക്കൂടേ എന്ന് ലളിത പഴയ പോലെ ഫണമുയർത്തി. അവൾ പറയുന്നതിൽ കാര്യമില്ലേ? എന്തോ എനിക്കതിന് കഴിഞ്ഞില്ലെന്ന് പറഞ്ഞാൽ മതിയല്ലോ. ഇടയ്ക്ക് വല്ലാതെ അധികമാവുന്ന ദിവസങ്ങളിൽ മാത്രം ഞാൻ കട്ടിലിന് താഴെ കിടക്കും. കുതിരയെ ഒന്നു സവാരിക്ക് വിടണമെന്ന് തോന്നുമ്പോൾ ലളിതയെ കിടപ്പുമുറിയിലേക്ക് ക്ഷണിക്കും. അപ്പോൾ സുരേഷും സുജുവും ഒരു കിടപ്പുമുറി

യിലാവും. രണ്ടുപേർക്കും ഉദ്യോഗമുള്ളതിനാൽ പകലുകൾ പൊതുവേ ഞങ്ങളുടെ ശത്രുവായിരുന്നു. ഈ മഹാനഗരത്തിൽ 'സ്പേസ്' ഉയർത്തുന്ന വെല്ലുവിളി എത്ര ഭീകരമാണെന്ന് ജീവിച്ചു നോക്കിയവർക്കു മാത്രമേ അറിയൂ...

എന്ത്, ഈ നഗരത്തിൽ ഇതിലും ഇടുങ്ങിയ ഫ്ളാറ്റിൽ എത്ര കുടുംബങ്ങൾ കഴിഞ്ഞുകൂടുന്നുവെന്നോ? ബാലകൃഷ്ണാ, നീ വ്യവസ്ഥ ലംഘിച്ചു. ആദ്യം അച്ചടക്കമുള്ള കേൾവിക്കാരനാവുക.

ങാ... പറഞ്ഞു വന്നതെന്താണ്? നഗരങ്ങളിൽ 'സ്പേസ്' ഉയർത്തുന്ന വെല്ലുവിളികൾ. അതുപോട്ടെ. പിറന്നാൾ വന്നപ്പോൾ ലാപ്ടോപ് സമ്മാനമായി വേണമെന്ന് സുരേഷിന് വാശി. ഇപ്പോൾ അതിന്റെ ആവശ്യമെന്ത് എന്നതിന് ക്ലാസിലെ എല്ലാ കുട്ടികൾക്കും അതുണ്ടെന്നും പ്രോജക്ട് റിപ്പോർട്ട് ചെയ്യാൻ ഇനി ബ്രൗസിങ് സെന്ററിലേക്ക് പോകാൻ വയ്യെന്നും അവൻ ആജ്ഞാശക്തി കാണിച്ചു. ഒരു ദിവസം പത്തുമിനിറ്റിൽ കൂടുതൽ പെൻഡ്രൈവ് ഉപയോഗിക്കരുതെന്ന് നിയമം വെച്ചപ്പോൾ ഒരു നാൾ ഒരു പെഗ്ഗിൽ കൂടുതൽ കഴിക്കരുതെന്ന് അവൻ ഇങ്ങോട്ടും നയം വെച്ചു. വളർന്നു വലുതാവുമ്പോൾ കുട്ടികൾ അച്ഛനമ്മമാരെ ഭരിക്കാൻ തുടങ്ങുമെന്ന് ഞാൻ മനസ്സിലാക്കി. ബാലകൃഷ്ണന് അങ്ങനെ തോന്നിയിട്ടുണ്ടോ?

ആയിടെ ചെന്നൈയിൽ ഏടത്തിയുടെ മകളുടെ കല്യാണം വന്നു. എങ്ങനെ പോകാതിരിക്കും? റഗുലർ ക്ലാസും ട്യൂഷൻ ക്ലാസും ഉള്ളതിനാൽ കുട്ടികളെ കൂട്ടാനും പറ്റില്ല. പക്ഷേ, ഈ പ്രായത്തിൽ ഇവരെ തനിച്ചാക്കി എങ്ങനെ പോകുമെന്ന് കൺഫ്യൂഷനിലായി. സുജയെ വേണമെങ്കിൽ പ്രിയയുടെ വീട്ടിൽ വിടാം. അതിലെന്തോ പന്തികേട് മണക്കും സുരേഷ്. കുട്ടികളുടെ മനസ്സിൽ അരുതാത്തത് കുത്തിവെക്കുകയാവും ഇത്തരം പ്രവൃത്തിയിലൂടെ നമ്മൾ ചെയ്യുന്നത് എന്നതിനാൽ ഫ്ളാറ്റിൽ സൂക്ഷിച്ചിരിക്കണമെന്നു മാത്രം നിർദ്ദേശിച്ച് ഞങ്ങൾ ചെന്നൈയ്ക്ക് പുറപ്പെട്ടു. അകാരണമായ ഒരാന്തൽ മനസ്സിനെ പുൺപെടുത്തിക്കൊണ്ടിരുന്നു. ഒന്നുമില്ല, ഒരു എഴുതാപ്പുറം വായന... സുരേഷും സുജയും പ്രായപൂർത്തിയായ കുട്ടികൾ. താനറിയാതെ അവനൊരിക്കൽ മദ്യം രുചിച്ചു നോക്കിയിട്ടുണ്ട്. വാതിൽ വിടവിലൂടെ കുതിരസവാരി കണ്ടിട്ടുണ്ട്. പോരാത്തതിന് അവന്റെ കൈയിൽ ഇപ്പോൾ ലാപ്ടോപ്പുമുണ്ട്. ഏട്ടനനിയത്തിമാരാണെങ്കിലും നമ്മൾ ഭയക്കേണ്ടത് അവരുടെ പ്രായത്തെയാണ്. ചെയ്യുന്നത് തെറ്റാണെന്ന് മനസ്സിലാക്കാനുള്ള തിരിച്ചറിയൽശേഷിയൊന്നും അവർക്കായിട്ടില്ലല്ലോ. ലളിത സമയം കിട്ടുമ്പോഴെല്ലാം ഫോണിൽ ബന്ധപ്പെട്ടുകൊണ്ടിരുന്നു. താലികെട്ട് കഴിഞ്ഞതും ഉണ്ണാൻപോലും നില്ക്കാതെ ഞങ്ങൾ മുംബൈയ്ക്കു പറന്നു. ഫ്ളൈറ്റിന്റെ ടൈമിങ്ങും കൃത്യമായിരുന്നു.

ഭാഗ്യം, അനർത്ഥമൊന്നും സംഭവിച്ചിട്ടില്ലെന്ന് ഞങ്ങൾ സമാധാനിച്ചു. ഞാൻ എന്റെ പഴയ ശീലവും വല്ലപ്പോഴുമുള്ള കുതിരസവാരിയുമായി നാളുകൾ നീക്കി.

ബാലകൃഷ്ണന് ബോറടിക്കുന്നുണ്ടോ? ഉണ്ടെങ്കിൽ പറയണം. അതിനുമാത്രം വാ തുറക്കാൻ അനുവാദമുണ്ട്.

സുജയിൽ പഴയ ചുറുചുറുക്ക് കാണാനില്ലെന്ന് ലളിത പറഞ്ഞു. രാത്രി സാധാരണ പതിനൊന്നും പന്ത്രണ്ടും മണിവരെ തന്നെ കെട്ടിപ്പിടിച്ച് സ്കൂൾ വർത്തമാനങ്ങൾ പറഞ്ഞ് കിടന്നിരുന്ന കുട്ടി ഇപ്പോൾ മിണ്ടാട്ടമില്ലെന്ന് മാത്രമല്ല, തിരിഞ്ഞു കിടക്കുക പതിവാക്കിയിരിക്കുന്നു. പെട്ടെന്ന് അവൾക്കൊരു ഗൗരവവും പ്രായക്കൂടുതലും വന്നതുപോലെ. കുട്ടിത്തം വിട്ടകന്നതുപോലെ. ശ്രദ്ധിച്ചപ്പോൾ എനിക്കും ഈ മാറ്റങ്ങൾ പ്രകടമായി. നിനക്കെന്തു പറ്റിയെന്ന് എത്ര ചോദിച്ചിട്ടും അവൾ നേരാംവണ്ണം മറുപടി തന്നില്ല. ഞാൻ സുരേഷിനു നേരെ തിരിഞ്ഞു.

"പറയ്..ഇവിടെ എന്താണ് സംഭവിച്ചത്?"

"എന്ത് സംഭവിക്കാൻ?"

അവൻ തറപ്പിച്ചൊരു നോട്ടം.

"പിന്നെന്താ സുജുവിന്റെ പെരുമാറ്റത്തിൽ ഒരു സ്പെല്ലിങ് മിസ്റ്റേക്ക്."

"അത് അവളോടു പോയി ചോദിക്ക്."

മുഖത്തടിച്ചപോലെ പറഞ്ഞ് അവൻ പിൻവാങ്ങി. കൂടുതൽ ചോദിച്ച് വഷളാക്കേണ്ടെന്നു കരുതി ഞങ്ങൾ അതുവിട്ടു. ഏതായാലും ഇവരെ തനിച്ചാക്കി ഇനി എങ്ങും പോകരുതെന്ന് തീരുമാനിച്ചു. ഒരു പാഠം.

എന്ത്, നിനക്ക് നാവു തരിക്കുന്നെന്നോ? കുറച്ചു കൂടി ക്ഷമിക്ക്. അതു കഴിഞ്ഞാൽ നിന്റെ ഊഴം. നിനക്കെന്നെ വിസ്തരിക്കാം.

സ്കൂളിൽ ഉടനെ വരണമെന്നാവശ്യപ്പെട്ട് സുരേഷിന്റെ ക്ലാസ് ടീച്ചർ വിളിച്ചപ്പോൾ ഉള്ളിലെ ആധി അധികരിച്ചു. മാർക്ക് കുറഞ്ഞതിനും ക്ലാസിൽ വഴക്കുണ്ടാക്കിയതിനുമാണ് മുൻപ് വരാൻ പറഞ്ഞിട്ടുള്ളത്. ഇപ്പോൾ എന്തിനായിരിക്കുമെന്ന് ഞാൻ വല്ലാതെ സഞ്ചാരംകൊണ്ടു.

ഇന്റർവെൽ സമയത്ത് മൂത്രപ്പുരയിലിരുന്ന് മൊബൈലിൽ അശ്ലീല ചിത്രങ്ങൾ കാണുന്ന കുട്ടികളുടെ സംഘത്തിൽ സുരേഷുണ്ടെന്നും ഈ ദുഷ്പ്രവണതയിൽനിന്നും അവനെ വിലക്കണമെന്നും മുന്നറിയിപ്പു തരാനാണ് ഹെഡ്മാസ്റ്റർ വിളിപ്പിച്ചത്. എല്ലാ ടീച്ചർമാരുടേയും മുന്നിൽ വെച്ചായിരുന്നു വിസ്താരം. മറ്റു കുട്ടികളുടെ പിതാക്കളും വരാന്തയിൽ നില്പുണ്ടായിരുന്നു. എല്ലാവരുടേയും മുന്നിലൂടെ നടന്നു നിരങ്ങി പുറത്തുവരുമ്പോൾ അവനെ കൊല്ലണമെന്നു തോന്നി. സ്കൂൾ വിട്ട് അന്നവൻ വീട്ടിൽ വന്നില്ല. നിഖിൽ, ഭൂപേന്ദർ, ശൈലേഷ്, അഭിനവ് എന്നിവരുടെയെല്ലാം വീടുകളിൽ വിളിച്ചന്വേഷിച്ചു. അവർക്കൊന്നും ഒരു വിവരവുമില്ല. അച്ഛന്റെ ബെൽറ്റടിയെ ഭയന്ന് നിഖിൽ മുറി പൂട്ടി ഇരിപ്പാണെന്നു കേട്ടു. ലളിത കരച്ചിൽ തുടങ്ങി. വരും, വരാതെവിടെപ്പോകാനെന്ന് ഞാൻ ആശ്വസിപ്പിച്ചു. സുജ ഒരു വികാരപ്രകടനവും നടത്താതെ ഇരിക്കുന്നതു കണ്ടപ്പോൾ എനിക്കെന്തോ സംശയം, അവൻ ഒളിച്ചിരിക്കുന്ന സ്ഥലം അവൾക്കറിയാമായിരിക്കുമെന്ന്. എത്ര ചോദിച്ചിട്ടും പക്ഷേ, അവൾ പറഞ്ഞില്ല. ഒരു കള്ള

ച്ചിരിയിൽ പുതപ്പ് തലവഴിയെ മൂടി.

പിറ്റേന്ന് അവൻ സ്കൂളിലുമെത്തിയിട്ടില്ലെന്നറിഞ്ഞപ്പോൾ ഞാൻ ഹാഫ് ഡേ ലീവിന് പറഞ്ഞ് ഇറങ്ങിത്തിരിച്ചു. എന്റെയോ ലളിതയുടെയോ ബന്ധുവീടുകളിലൊന്നും അവൻ എത്തിയിട്ടില്ലെന്നറിഞ്ഞു. ഒന്നു രണ്ടു ദിവസമെടുത്താലും അവൻ വരും, വരാതിരിക്കില്ലെന്ന് ഞാൻ സമാധാനിച്ചു.

വൈകിട്ട് അവൻ വന്നു. നാലു കാലിൽ കുഴഞ്ഞാടിയാണ് വന്നത്. ശരിക്കും നടക്കാൻ വയ്യാത്തവിധം അവൻ കഴിച്ചിരുന്നു. മുറിയിലേക്ക് കടന്നതും മദ്യത്തിന്റെ രൂക്ഷഗന്ധം പരന്നു. ഞാൻ തലയിൽ കൈവച്ചിരുന്നപ്പോൾ ലളിത ആക്രോശത്തോടെ എന്റരികിലേക്ക് ചീറി വന്നു.

"അന്നേ ഞാനെത്ര പറഞ്ഞു, ഇപ്പോൾ മനസ്സിലായില്ലേ? നിങ്ങളാണ് ഇതിനുത്തരവാദി."

ശരിയാണെന്ന് എനിക്കും തോന്നി. മദ്യം ഭയക്കപ്പെടേണ്ട വസ്തുവല്ല എന്ന തോന്നൽ അവനിലുണ്ടാക്കിയത് നിത്യേനയുള്ള എന്റെ അഴിഞ്ഞാട്ടമാണ്. ഞാൻ കരുതണമായിരുന്നു ബാലകൃഷ്ണൻ... കുട്ടികൾ വലുതാവുന്നത് അറിയാതെ പോയി എന്നൊക്കെ പറയുന്നതിൽ ഇനിയെന്തു കാര്യം? എന്തായാലും അതോടെ ഞാൻ കുടിനിർത്താൻ തീരുമാനിച്ചു. സുരേഷിനെക്കൊണ്ട് ഒരു ഉപകാരമുണ്ടായെന്ന് ലളിത സന്തോഷിച്ചു. അവസാനം നിങ്ങളെ കടിഞ്ഞാണിടാൻ മകൻ തന്നെവേണ്ടി വന്നല്ലോ എന്ന് ഇടയ്ക്കിടെ മുനവെച്ച നോട്ടമെറിഞ്ഞു. എനിക്ക് പക്ഷേ, വിട്ടുപോക്കിന്റെ പരവേശങ്ങൾ തുടങ്ങി. ഉറക്കമില്ലായ്മ, പെട്ടെന്ന് രോഷം, കൈകാൽ തരിപ്പ്, അമിതവിശപ്പ് എന്നിങ്ങനെ പല പ്രശ്നങ്ങൾ. പോകപ്പോകെ എല്ലാം ശരിയായിക്കൊള്ളുമെന്ന് ഡോക്ടർ കൗൺസിൽ ചെയ്തു വിട്ടു. ഒരു ഉറക്ക ഗുളികയും എഴുതിത്തന്നു.

ഞങ്ങൾ ബാപ്പുജി എന്ന് വിളിക്കുന്ന മുതിർന്ന സഹപ്രവർത്തകൻ ഭണ്ഡാരി പറഞ്ഞ ഒരു വാർത്ത എന്നെ ശരിക്കും ഞെട്ടിച്ചു. സ്കൂൾ വിട്ട് വരുന്ന വഴി 'റെൻഡവൂ' അപ്പാർട്ട്മെന്റിനോട് ചേർന്ന ഇടവഴിയിൽ സുരേഷും സുജയും നിത്യവും സംസാരിച്ചു നില്ക്കുന്നത് ബാപ്പുജി കാണാറുണ്ടത്രെ. ഏട്ടനനിയത്തിമാരായ അവർക്ക് എന്തും വീട്ടിലിരുന്ന് സംസാരിക്കാമെന്നിരിക്കെ എന്തിനാണ് ഒരിടവഴിയുടെ സ്വകാര്യത?

അറിയാം. നീയെന്താണ് പറഞ്ഞുവരാൻ പോകുന്നതെന്നറിയാം. പക്ഷേ, അല്പനേരം കൂടി ക്ഷമിച്ചേ പറ്റൂ. ഇത്തിരി സ്വാതന്ത്ര്യമെടുത്ത് പറയട്ടെ. വാ തുറന്നാൽ നീ അടിമേടിക്കും.

ങാ... എന്താണ് പറഞ്ഞു വന്നത്? ബാപ്പുജി ഓർമ്മിപ്പിച്ച കാര്യങ്ങൾ... എത്ര ചിന്തിച്ചിട്ടും എനിക്കത് പിടികിട്ടിയില്ല. വീട്ടിലിരുന്ന് സംസാരിക്കാൻ പാടില്ലാത്തതായി അവർക്കെന്തു രഹസ്യമാണുള്ളത്? കാര്യം പറഞ്ഞപ്പോൾ ലളിത മറ്റൊരനുഭവം ഓർത്തെടുത്തു.

ഏതാനും ദിവസം മുൻപ് പഴയ ചോദ്യപേപ്പറുകൾ ഡൗൺലോഡ് ചെയ്യാനാണെന്നും പറഞ്ഞ് ലാപ്ടോപ്പും കൊണ്ട് സുരേഷും സുജയും

മുറിയിലേക്ക് കയറിയത്രെ. എന്തിനാണ് കതക് കുറ്റിയിടുന്നതെന്ന് ആശങ്കപ്പെട്ടപ്പോൾ പുറം ശബ്ദങ്ങൾ ശല്യമാകാതിരിക്കാൻ എന്ന് പറഞ്ഞു പോലും. കുറേനേരം കഴിഞ്ഞിട്ടും കതകു തുറക്കാതായപ്പോൾ നാലഞ്ചു തവണ മുട്ടി. തുറന്നില്ല. അകത്ത് നിങ്ങളെന്തെടുക്കുന്നുവെന്ന് കതകിൽ പ്രഹരമായപ്പോൾ സ്വിച്ച് ഓഫ് ചെയ്ത ലാപ്ടോപ്പും കക്ഷത്തു പിടിച്ച് സുരേഷ് വാതിൽ തുറന്നു. സുജ തലവഴിയെ പുതച്ച് കട്ടിലിൽ. രണ്ടു മൂന്നു തവണ വിളിച്ചിട്ടും അവൾ ഉണർന്നില്ല. ഉറക്കം നടിക്കുന്നവരെ ഉണർത്താൻ പറ്റില്ലല്ലോ.

ബാപ്പുജി പറഞ്ഞ കാഴ്ചകളും ലളിതയുടെ അനുഭവവും ചേർത്തു വെച്ചപ്പോൾ കാര്യങ്ങളുടെ പോക്ക് അത്ര ശരിയല്ലെന്ന് തോന്നി. എന്റെ സ്ഥാനത്ത് നീയായിരുന്നെങ്കിൽ നിനക്കും അങ്ങനെയേ തോന്നുമായിരുന്നുള്ളു. എന്തായാലും അടുത്ത വർഷം സുരേഷിനെ ഹോസ്റ്റലിലേക്ക് മാറ്റാൻ തീരുമാനിച്ചു. നാലു മാസം കൂടി കഴിഞ്ഞാൽ പ്ലസ് ടു തീരും. റിസൾട്ട് വരാൻ ഒരു മൂന്നുമാസം. അതുവരെ ജാഗ്രത്തായിരിക്കുക.

എങ്ങനെയോ കാര്യങ്ങൾ മണത്തറിഞ്ഞ സുരേഷ് ഹോസ്റ്റലിലേക്ക് പോകില്ലെന്ന് ബഹളമായി.

"എന്തിന് ഞാൻ പോണം, സുജയ്ക്ക് പോകാമല്ലോ...."

"അവൾ പെൺകുട്ടിയല്ലേ മോനേ..."

"പെൺകുട്ടികളെന്താ ഹോസ്റ്റലിൽ പോകുന്നില്ലേ?"

പെട്ടെന്ന് ഉത്തരം മുട്ടി.

"അതൊക്കെ ആ സമയം വരുമ്പോ തീരുമാനിക്കാം. ഇപ്പോ മോൻ പോയി പഠിക്ക്."

അവനെ സമാധാനിപ്പിക്കാനുള്ള ശ്രമം പരാജയപ്പെട്ടു.

"നോ. നിങ്ങളെന്നെ ഹോസ്റ്റലിലേക്കയക്കും. എന്നിട്ടുവേണം വീണ്ടും കുടി തുടങ്ങാൻ," അവൻ നിന്നു കിതച്ചു. "വിൽ നോട്ട് അലൗ ദിസ്... ഇല്ല... ഞാൻ പോകില്ല... ഞാൻ ഹോസ്റ്റലിലേക്ക് പോകില്ല."

പെട്ടെന്ന് അവന്റെ മട്ടു മാറി. അവനിലേക്ക് ഒരൂർജ്ജം ഇരച്ചുകയറി. അവൻ നേരെ അടുക്കളയിലേക്ക് ചെല്ലുകയും കറിക്കത്തിയെടുത്ത് കൈഞരമ്പ് മുറിക്കുകയും ചെയ്തു. രക്തം വാർന്നൊഴുകാൻ തുടങ്ങി. എന്തു ചെയ്യണമെന്നറിയാതെ ഞാനും ലളിതയും പകച്ചു. അപ്പോഴേക്കും കുൽക്കർണ്ണിയും സപ്രിയും ഓടിയെത്തി. അവരാണ് ആശുപത്രിയിൽ കൊണ്ടു പോയതും വേണ്ടതെല്ലാം ചെയ്തതും. ആത്മഹത്യാശ്രമത്തിന് പൊലീസ് കേസ് രജിസ്റ്റർ ചെയ്തു. ഒരു കൈയബദ്ധം സംഭവിച്ചതാണെന്ന കാരണം പറഞ്ഞ്, കാണേണ്ടവരെ കാണേണ്ട രീതിയിൽ കണ്ട് എങ്ങനെയോ തലയൂരി.

ഭയപ്പെടുത്തുന്നതായിരുന്നു പിന്നീടുള്ള ദിവസങ്ങൾ. ലളിത 'നമശ്ശിവായ' ജപത്തിലേക്ക് തിരിച്ചുപോയി. രാഹു ദശയുടേയും ഏഴരശ്ശനിയുടേയും ദൂഷ്യഫലങ്ങളാണ് സുരേഷ് അനുഭവിക്കുന്നതെന്നും ഇനിയും ആറുവർഷം കൂടി ഈ സമയദോഷമുണ്ടെന്നും ജ്യോത്സ്യൻ പ്രവചിച്ചു.

എന്നെ ഉറക്കത്തിലേക്ക് തള്ളിവിടുന്ന ഉദ്യമത്തിൽ ഗുളികകൾ പരാജയപ്പെട്ടു. രാത്രി മുഴുവൻ ഉറക്കമില്ലാതെയും പകലത്രയും ഓഫീസിലിരുന്ന് കോട്ടുവായിട്ടും ഞാൻ ദിവസങ്ങൾ നീക്കി. എന്തിനു പറയുന്നു, അവസാനം ഞാനെന്റെ പഴയ ശീലത്തിലേക്ക് തന്നെ തിരിച്ചു വന്നു. അതിന്റെ പ്രതിഷേധമെന്നോണം ലളിത എന്നോട് തീരെ മിണ്ടാതായി. സുജയാകട്ടെ ഒന്നും സംഭവിക്കാത്ത പോലെ, ഒന്നുമറിയാത്തപോലെ നിസ്സംഗയായി തുടർന്നു. അവൾക്കും മനസ്സ് മുറിപ്പെടേണ്ടതല്ലേ? അവളുടെ ഏട്ടനല്ലേ?

സുരേഷിന് ഒരു സൈക്യാട്രിസ്റ്റിന്റെ സേവനം ആവശ്യമാണെന്ന് കുൽക്കർണ്ണിയും ഒരു റിഹാബിലിറ്റേഷൻ സെന്ററിൽ കൊണ്ടു ചെന്നാക്കിയാൽ നന്നായിരിക്കുമെന്ന് സപ്രിയും അഭിപ്രായപ്പെട്ടു. എല്ലാം പരീക്ഷകഴിഞ്ഞ് ആലോചിക്കാമെന്ന് ഞാൻ വാക്കൊഴിഞ്ഞു.

ഇല്ല. ഇതുകൂടി കേൾക്കൂ, എന്നിട്ടുമതി കമന്റ്.

എന്താണ് പറഞ്ഞുവന്നത്? കുൽക്കർണ്ണിയുടേയും സപ്രിയുടേയും അഭിപ്രായങ്ങൾ. ഓ... ഈ സമയത്താണ് സ്കൂളിൽനിന്നും ഒരു വിനോദയാത്ര പുറപ്പെടുന്ന അറിയിപ്പുണ്ടായത്. ലോനാവാലയിലെ ടോപ്ഹിൽസ്, ചിൻച് വാഡ്-ഹഡപ്സർ ഭാഗങ്ങളിലെ ഇൻഡസ്ട്രിയൽ ബെൽറ്റ്, ബിറ്റ്സ്പിലാനി സർവ്വകലാശാല, പൂന ഫിലിം ഇൻസ്റ്റിറ്റ്യൂട്ട്, മിൽട്രി കാൻടോൺമെന്റ് എന്നിങ്ങനെ ആയിരം രൂപയ്ക്ക് മൂന്നു ദിവസത്തെ പാക്കേജ് ടൂർ. ഈ യാത്ര സുരേഷിന്റെ മനസ്സിന് ഒരു ആറുതലാവും എന്നു തോന്നി. ഒരു റിഫ്രഷ്മെന്റ്. അതു കഴിഞ്ഞ് എല്ലാം നോർമലായശേഷം ബാക്കി കാര്യങ്ങൾ തീരുമാനിക്കാം എന്നു വെച്ചു.

ലോനാവാലയിലെ ടോപ്ഹിൽസിൽ വെച്ചാണ് അവൻ പണി പറ്റിച്ചത്. എത്രയോ ആയിരം അടി താഴേക്ക് എടുത്തുചാടുകയായിരുന്നുവത്രെ. പിന്നാലെ സുജയും ചാടി. സംഭവം വ്യക്തമായി കണ്ടവർ ആരുമില്ല. എല്ലാം കേട്ടറിവും പറഞ്ഞറിവും മാത്രം.

നിഖിൽ രേഖപ്പെടുത്തുന്നത് ഇങ്ങനെ:

കിരണുമായി ശണ്ഠകൂടിയ സുരേഷ് അടിപിടിയിൽ തോല്ക്കുകയും എല്ലാവരും കൈയടിച്ച് പരിഹസിച്ചപ്പോൾ അപമാനം താങ്ങ വയ്യാതെ സ്വയം അവസാനിപ്പിക്കുകയുമായിരുന്നു. എടുത്തുചാടുമ്പോൾ അവൻ സുജയുടെ കൈയും പിടിച്ചു വലിച്ചു. അങ്ങനെ മരണത്തിലും അവർ സാഹോദര്യം സ്ഥാപിച്ചു.

അഭിനവ് സാക്ഷ്യപ്പെടുത്തുന്നത് മറ്റൊരു തരത്തിൽ:

മുംബൈയിൽനിന്നും പുറപ്പെട്ട ലക്ഷ്വറി കോച്ചിൽ ആൺകുട്ടികൾ ഒരു നിരയിലും പെൺകുട്ടികൾ എതിർനിരയിലുമാണ് ഇരുന്നിരുന്നത്. സുജാത അടുത്തിരിക്കണമെന്ന് സുരേഷ് ശാഠ്യം പിടിച്ചുവത്രെ. ആൺകുട്ടികൾക്കും പെൺകുട്ടികൾക്കും വെവ്വേറെയാണ് ഇരിപ്പിടം എന്ന് ടൂർ ഓപ്പറേറ്റർ പ്രതിനിധി പറഞ്ഞപ്പോൾ സുജ തന്റെ സഹോദരിയാണെന്നും ആയതിനാൽ അവൾക്ക് തന്റെ അരികിലിരിക്കാൻ അവകാശമുണ്ടെന്നും

സുരേഷ് അലമ്പുണ്ടാക്കി പോലും. യാത്ര നിർത്തി നിങ്ങളെ രണ്ടു പേരെയും തിരിച്ചയയ്ക്കുമെന്ന് ക്ലാസ് ടീച്ചർ ആജ്ഞയായപ്പോൾ സുരേഷ് തല്ക്കാലം അടങ്ങി. ക്ലാസ് ടീച്ചറോടുള്ള പകയും പകരം വീട്ടലുമാണ് ഈ എടുത്തുചാട്ടം. അരികിലെ സീറ്റിലേക്ക് മാത്രമല്ല ജീവിതത്തിന്റെ തന്നെ അനന്തതയിലേക്ക് എന്റെ സഹോദരിയെ കൊണ്ടു പോകുന്നു എന്ന് പ്രഖ്യാപിക്കുന്ന പ്രവർത്തനം.

എന്താ ബാലകൃഷ്ണാ നിനക്കിത്ര ക്ഷമകേട്? ങേ, അനിരുദ്ധ് പറയുന്നതും കൂടി കേൾക്ക്... എന്നിട്ട് വാ തുറക്ക്.

അടുത്ത വർഷം സുരേഷിനെ ഹോസ്റ്റലിലാക്കും എന്ന് പറഞ്ഞിരുന്നുവല്ലോ. അതിൽ അവൻ വല്ലാതെ ഭയപ്പെട്ടിരുന്നുവത്രെ. വൈകാരികമായി ഒറ്റപ്പെട്ടുപോയ ഈ ലോകത്ത് ഇനി വീണ്ടും തനിച്ചാവാൻ വയ്യെന്ന് വ്യാകുലപ്പെട്ടിരുന്നുവത്രെ. സുജയുടെ കൂട്ട് തല്ക്കാലത്തേക്കെങ്കിലും നഷ്ടപ്പെടുമെന്ന് സ്വകാര്യങ്ങളിൽ നൊമ്പരപ്പെട്ടിരുന്നുവത്രെ. ഈ അസ്വാസ്ഥ്യങ്ങൾ ഇങ്ങനെയൊരു അത്യാഹിതത്തിന് അവനെ പ്രേരിപ്പിച്ചിരിക്കാമെന്ന് അവന്റെ അടുത്ത ചങ്ങാതി അനിരുദ്ധ് സംശയിക്കുന്നു.

ഇങ്ങനെ നിഗൂഢതയുള്ള ഒരു കൂട്ട മരണത്തെക്കുറിച്ച് ആർക്ക് എന്താണ് പറയാൻ പാടില്ലാത്തത് ബാലാ... പൊടിപ്പും തൊങ്ങലും വെച്ച് അവനവന്റെ ഭാവനയ്ക്കനുസരിച്ച് ഓരോരുത്തർ ഓരോന്നു പറയുന്നു. ഫ്ളാറ്റിലും ഓഫീസിലും സ്കൂളിലും കഥകൾക്ക് വ്യത്യസ്ത മുഖങ്ങളാണ്. ഒരച്ഛനും അമ്മയും ഒരിക്കലും കേൾക്കാനിഷ്ടപ്പെടാത്ത നിറം പിടിപ്പിച്ച കഥകൾ.

ഇനി പറയൂ.. എന്തിനാണ് ഇങ്ങനെയൊരു ജീവിതം ഞങ്ങൾ ജീവിച്ചു തീർക്കുന്നത്? ആർക്കുവേണ്ടിയാണ് ഇനിയിത് നീട്ടിക്കൊണ്ടു പോകേണ്ടത്?

ജീവിതത്തിന്റെ ആഘോഷങ്ങളെല്ലാം അവസാനിച്ചിരിക്കുന്നു.

ഐസ് കട്ടകൾക്കു പകരം ഇന്ന് വിസ്കിയിലും വോഡ്കയിലും വീഴാൻ പോകുന്നത് ഫ്യുറഡോൺ തുള്ളികളാണ്. ഇനി ബാലാ, നിനക്കു പറയാനുള്ളത് നീ പറയുക.

ഞാൻ അച്ചടക്കമുള്ള കേൾവിക്കാരനായിരിക്കും.

തുടങ്ങിക്കോളൂ.

കാഴ്ച

ഒന്നും ചെയ്യാനില്ലാത്ത പകൽ. വെറുതെ കിടന്നു. ഉറക്കം വന്നില്ല. തൊടിയിലൂടെ ഒന്നു കറങ്ങി. ചേരകൾ ഇണചേരുന്നത് കണ്ടപ്പോൾ ഒരു കല്ലെടുത്തെറിഞ്ഞു. ഒരു വിനോദം. അത് പക്ഷേ, ഒന്നിന്റെ തലയ്ക്ക് കൊണ്ടു. നിമിഷനേരത്തിൽ അവ കെട്ടഴിഞ്ഞ് രണ്ടു വഴിക്ക് പിരിഞ്ഞോടി. മുത്തശ്ശി കണ്ടിരുന്നെങ്കിൽ തീർന്നേനെ... സർപ്പകോപം, സർപ്പശാപം എന്ന് പഴിയാവും. ആരും കണ്ടില്ല. ഭാഗ്യം.

പാടവരമ്പിലൂടെ ലക്ഷ്യമില്ലാത്ത നടത്തം. ഗണേഷ് ബീഡി എത്രയാണ് പുകച്ചുകൂട്ടിയതെന്ന് ഒരു കണക്കുമില്ല. അബ്ദുവിന്റെ കടയിൽ നിന്ന് ഒന്നല്ല, രണ്ടു വട്ടം ചായ കുടിച്ചു. പിന്നേയും ബീഡിവലി... പണ്ടൊക്കെ നേരം പോകാതിരിക്കുമ്പോൾ വട്ടിവർത്തമാനം പറഞ്ഞിരിക്കാൻ ചങ്ങാതിമാരുണ്ടായിരുന്നു. ഇപ്പോൾ ജോലിയും കുടുംബവുമൊക്കെയായി ഓരോരുത്തർ ഓരോ ദിക്കിൽ.

വിജയ ടാക്കീസിലേക്ക് തിരിയുന്നിടത്ത് ഒരു കരിങ്കൽത്തുറുങ്ക് ആരുമില്ലാതെ ഒറ്റയ്ക്ക്. അതിന് അല്പം കൂട്ടിരിക്കാമെന്നു വെച്ചു.

ആളനക്കമോ ചെറുചെത്തമോ ഇല്ലാത്ത ഉച്ച. അല്പമകലെ പാർക്ക് ചെയ്തിരുന്ന കാറ് കണ്ടപ്പോൾ പഴയ ഒരഭ്യാസം ഓർമ്മവന്നു. ആരും കാണാതെ കാറ്റഴിച്ചുവിടുന്ന ഏർപ്പാട്. ചിലപ്പോൾ ചില ടയറുകൾക്കടിയിൽ ആണിയും പരീക്ഷിച്ചിട്ടുണ്ട്. വണ്ടി പഞ്ചറാണെന്നറിയുമ്പോൾ കാറുടമയുടെ മുഖത്ത് തിങ്ങുന്ന പരിഭ്രാന്തി കാണാൻ നല്ല രസംതന്നെ. അതൊക്കെ അന്തകാലം.

വീട്ടിൽച്ചെന്ന് വീണ്ടും കിടക്കാം എന്ന എണ്ണത്തിൽ എഴുന്നേറ്റപ്പോൾ പകലിനെ നടുക്കിക്കൊണ്ട് മുന്നിലെ പാളത്തിലൂടെ തീവണ്ടിയൊരെണ്ണം വിങ്ങിപ്പാഞ്ഞു. നാലഞ്ചു കല്ലുചീളുകൾ താഴെ കിടപ്പുണ്ടായിരുന്നു. ഓരോന്നായെടുത്ത് ജനൽച്ചില്ലിനു നേരെ വീശി.

പിറ്റേന്ന് പത്രത്തിന്റെ മുൻപേജിൽ ഒരു വാർത്ത. തീവണ്ടിക്ക് നേരെയുണ്ടായ കല്ലേറിൽ വലത്തേ കണ്ണ് നഷ്ടപ്പെട്ട ഒരു പെൺകുട്ടിയുടെ ചിത്രം. പറളിക്കും മങ്കരയ്ക്കും ഇടയിൽ വെച്ചായിരിക്കണം കല്ലേറ് എന്ന 'സ്വലേ' യുടെ കണ്ടെത്തലും.

ഇടയ്ക്കൊക്കെ തീവണ്ടിയാത്ര ചെയ്യേണ്ടിവരാറുള്ള എനിക്ക് ഇനിയെന്തായാലും ജനലോരസീറ്റ് വേണ്ട. അന്തസ്സില്ലാത്ത നേരം കൊല്ലികൾ കല്ലുമായി തീവണ്ടിക്കുനേരെ ആർത്തലച്ചാലോ? ആ പെൺകുട്ടിയുടേതുപോലെ എന്റെ കണ്ണും ഓട്ടപ്പാത്രമായാൽ?

അപരാഹ്നത്തിലെ യാത്രികർ

വെടിക്കെട്ട് കാണാനെന്നും പറഞ്ഞാണിറങ്ങിയത്. അന്തിമഹാകാളൻ വെടിക്കെട്ട് ഒരായുസ്സിന്റെ പുണ്യം, ആകാശപ്പൂമഴ, പ്രകാശസമുദ്രം എന്നൊക്കെ പൊലിപ്പിച്ചു. നെന്മാറ വല്ലങ്ങിയുടെ പടക്കസംഖ്യ ഗുണിക്കണം അഞ്ചാണത്രെ. രാത്രി മുഴുവൻ പൊട്ടിപ്പടരുന്ന പല ദേശങ്ങളുടെ വെടിക്കെട്ട് തീരുമ്പോഴേക്കും നേരം പുലരും. പിറ്റേന്ന് പകൽ ചേലക്കരയിലെ ബന്ധുവീട്ടിൽ വിശ്രമിച്ച് വൈകീട്ടോടെ എത്തുമെന്നാണ് പറഞ്ഞത്. ഒരാഴ്ച കഴിഞ്ഞാൽ നെന്മാറ വല്ലങ്ങി വരുന്നു. അവിടെ താമസിക്കേണ്ട ചങ്ങാതിവീടും പറഞ്ഞു ശരിയാക്കിയിരുന്നു.

അന്തിമഹാകാളന് പുറപ്പെട്ട ആൾ പക്ഷേ, നെന്മാറ വല്ലങ്ങി കഴിഞ്ഞിട്ടും തിരിച്ചെത്തിയിട്ടില്ല. അന്വേഷിച്ചപ്പോൾ ചേലക്കര ബന്ധുവീട്ടിലും എത്തിയിട്ടില്ല. വെടിക്കെട്ടിന്റെ മിന്നുന്ന വെളിച്ചത്തിൽ കൃഷ്ണമൂർത്തിയുടെ മുഖം കണ്ടവരുണ്ട്. അതികാലം വിടരും വരെയുണ്ടായിരുന്നു വെടിക്കെട്ട്. അതു തീർന്നതും ഓരോരുത്തർ ഓരോ വഴിക്ക് പിരിഞ്ഞു. പിറ്റേന്ന് വൈകിട്ട് മൂർത്തിയെ കാണാഞ്ഞപ്പോൾ അടുത്തനാൾ വരുമെന്ന് കരുതി. അടുത്തനാളും കാണാഞ്ഞപ്പോൾ പരക്കംപാച്ചിലായി.

കാഴ്ചശക്തിക്ക് തകരാറുണ്ട്. ഇടത്തേ കാതിനും കോട്ടമുണ്ട്. എവിടെയെങ്കിലും കാൽതെറ്റി വീണ് എഴുന്നേല്ക്കാൻ കഴിയാതെ... വല്ല വണ്ടിയും പിന്നിൽ വന്നിടിച്ച്...കൃഷ്ണമൂർത്തിയുടെ ഒരേ പെങ്ങൾ ശാരദ ദീർഘമായ ഒരു കരച്ചിലിന് തുടക്കമിട്ടു.

സാദ്ധ്യതകൾ പലതാണ്. മാനന്തവാടിയിൽ മൂർത്തിക്ക് പ്രിയങ്കരനായ ഒരു സഹപാഠിയുണ്ട്, സഹസ്രനാമൻ. ഇടയ്ക്ക് ചില ദിനങ്ങൾ അവിടെ പോയി തങ്ങാറുണ്ട്. അന്വേഷിച്ചപ്പോൾ അവിടെയെത്തിയിട്ടില്ല.

മറ്റൊരു സാദ്ധ്യത മൂകാംബിക ക്ഷേത്രമാണ്. മനഃപ്രയാസങ്ങൾ വേലിയേറ്റം നടത്തുമ്പോൾ ശാന്തി തേടി പോകാറുള്ളത് കൊല്ലൂരിലേ

ക്കാണ്. ദേവസ്വത്തിന്റെ വക വാടക കുറഞ്ഞ ഇടത്തരം മുറികളാണ് അഭയം. പക്ഷേ, അവിടംവരെ ചെന്നന്വേഷിക്കാൻ ആരുണ്ട്, എന്തു വഴി?

മംഗലാപുരത്ത് എഞ്ചിനീയറിങ്ങിന് പഠിക്കുന്ന രാശുവിന്റെ മകൻ ആശ്രയമായി. അന്വേഷിച്ചപ്പോൾ അവിടെയുമെത്തിയിട്ടില്ല.

വെടിക്കെട്ട് കഴിഞ്ഞ് മടങ്ങുംവഴി വല്ലക്ഷേത്രക്കുളത്തിലും മുങ്ങിക്കുളിക്കാനിറങ്ങി അബദ്ധത്തിൽ... പക്ഷേ, നീന്താനറിയാം കൃഷ്ണമൂർത്തിക്ക്.

അമ്പത്തിയെട്ടുവയസ്സുവരെ ജീവിച്ചില്ലേ, നമ്മൾ എല്ലാ ദിക്കിലും അന്വേഷിച്ചില്ലേ, ഇങ്ങനെ അദൃശ്യപ്പെടാനായിരിക്കും യോഗം എന്നൊക്കെ നിങ്ങൾക്ക് പറയാം. എനിക്ക് എന്റെ ഒരേ അണ്ണനാണ്.

ശാരദയുടെ കരച്ചിലും നിർബ്ബന്ധവുമായപ്പോൾ പൊലീസിൽ പരാതി കൊടുത്തു. അവർ അവരുടെ രീതിയിൽ അന്വേഷണം തുടങ്ങി.

രാത്രി ഉമ്മറമുറ്റത്ത്, സന്ധ്യക്ക് അമ്പലമുറ്റത്ത്, അപരിചിതമായ വഴികളിൽ, ഗ്രാമക്കവലയിൽ, അങ്ങാടിപ്പറമ്പിൽ കൃഷ്ണ മൂർത്തിയുടെ അദൃശ്യസാന്നിദ്ധ്യം.

പ്രാർത്ഥനകളും വഴിപാടുകളുമായി ശാരദ എപ്പോഴും പൂജാമുറിയിൽ. പിന്നെ ജ്യോത്സ്യന്റെ പ്രവചനമേശയ്ക്കുമുന്നിൽ.

വരും... വരാതിരിക്കില്ല...

ജ്യോത്സ്യൻ നിശ്ചയം പറഞ്ഞു.

ശാരദയ്ക്ക് മനസ്സയഞ്ഞു.

അയാളുടെ മനസ്സിന് തീ പറ്റിച്ചുകൊണ്ട് മുംബൈയിൽനിന്നും വിശാലത്തിന്റെ ഫോൺ. മട്ടയരികൊണ്ടുള്ള കൊഴുക്കട്ടയും മാമ്പഴപ്പുളിശ്ശേരിയും കൂട്ടി ടിഫിൻ കഴിക്കണമെന്ന് പെട്ടെന്ന് നടരാജനൊരു മോഹം.

നോക്കുമ്പോൾ മട്ടയരിയില്ല. മാട്ടുങ്കയിൽ നല്ല പാലക്കാടൻ മട്ട കിട്ടുന്ന കടയുണ്ട്. വാങ്ങിവരാം എന്നു പോയതാണ്. സന്ധ്യക്ക് തിരിച്ചെത്തേണ്ട ആൾ പിറ്റേന്ന് പുലർന്നിട്ടും എത്തിയിട്ടില്ല.

നാടു പോലെയല്ല മുംബൈ. തിരഞ്ഞു പിടിക്കാൻ പാടാണ്. പോയാൽ പൊടി കിട്ടില്ല. വിശാലം കരച്ചിലടക്കാൻ പണിപ്പെട്ടു.

'റ' വട്ടത്തിൽ ആളെ കാണാതായിട്ട് രണ്ടാഴ്ചയോളമാവുന്നു. പൊലീസിന്റെ പരിശ്രമങ്ങളെല്ലാം പാഴാണ്. വിഡ്ഢിത്തം പറയല്ലേ വിശാലം...

വിഡ്ഢിത്തമല്ല. വാസ്തവമാണെന്ന് വിശാലം കണക്കുകൾ നിരത്തി. നഗരത്തിൽ കാണാതാവുന്ന ആളുകളുടെ എണ്ണം അനുദിനം കൂടിവരുന്നു. ആര്, എപ്പോൾ, എന്തിന് എന്നൊന്നുമില്ല. പ്രായമായവർ മാത്രമല്ല, മദ്ധ്യവയസ്കർ മാത്രമല്ല, ചെറുപ്പക്കാരും ആ പട്ടികയിലുണ്ട്. സ്മൃതിനാശം എന്ന പുതിയ അവതാരമാണ് എടുത്തുപറയേണ്ട കാരണക്കാരനെന്ന് വിദഗ്ദ്ധർ. സമീപകാലംവരെ അപൂർവ്വവും പ്രായാധിക്യത്തിന്റെ മാത്രം പരാധീനതയുമായിരുന്നു മറവി. ഇന്നത് സർവ്വസാധാരണവും യുവാക്കളെവരെ ബാധിക്കുന്ന വിപത്തുമായിരിക്കുന്നു.

കലികാലം...കൂനിന്മേൽ കുരു എന്ന പോലെ ശാരദ ആ വാർത്തയെ നെഞ്ചേറ്റി. കവലപ്പെടാതെ വിശാലം....

വിശാലം അയാൾക്ക് പെങ്ങൾ. അവളുടെ രണ്ടു മക്കളും യു എസിൽ. മാട്ടുങ്കയിലെ പഴയ ഒരു ഫ്ളാറ്റിലാണ് വിശാലവും നടരാജനും താമസം. പെട്ടെന്നൊരാവശ്യം വന്നാൽ സഹായിക്കാൻ അടുത്താരുമില്ല. ഉള്ളവർക്ക് സമയവുമില്ല.

ഒനക്ക് വര മുടിയുമാ?

കൃഷ്ണമൂർത്തിയെ കണ്ടെത്തിയ എന്തെങ്കിലും തുമ്പുമായി എപ്പോൾ വേണമെങ്കിലും പൊലീസിന്റെ വിളിവരാം. ശാരദ ഒറ്റയ്ക്കാണ്. ഒരു മുംബൈ യാത്ര ഈ സാഹചര്യത്തിൽ സാദ്ധ്യമല്ല. ചെറിയമ്മയുടെ മകൻ ഗണ്ണു ഡോംബിവില്ലിയിലുണ്ട്. അവനെ സഹായത്തിന് വിടാമെന്ന് വിശാലത്തെ ആശ്വസിപ്പിച്ചു.

ഗണ്ണു പല സന്ദേഹങ്ങൾ പങ്കുവച്ചു. യാത്ര ചെയ്തത് ഇലക്ട്രിക് ട്രെയിനിലാണോ? കൈയിൽ വലിയ തുകയോ ചെക്ക് ബുക്കോ എ ടി എം കാർഡുകളോ ഉണ്ടായിരുന്നോ? രക്തത്തിലെ പഞ്ചസാരക്കുറവിന് കൈയിൽ മധുരം കരുതുന്ന ശീലമുണ്ടോ? മദ്യപാനമുണ്ടോ? വീട്ടിൽ വഴക്കിടാറുണ്ടോ? മുമ്പെപ്പോഴെങ്കിലും ആത്മഹത്യാശ്രമം നടത്തിയിട്ടുണ്ടോ? മനോരോഗത്തിന് ഏതെങ്കിലും ഘട്ടത്തിൽ ചികിത്സ തേടയിട്ടുണ്ടോ? ഉറക്കക്കുറവിന് മരുന്നു കഴിക്കുന്നുണ്ടോ? ശത്രുക്കളുണ്ടോ? മറ്റാരെങ്കിലുമായി ഏതെങ്കിലും തരത്തിൽ ബന്ധങ്ങളുണ്ടായിരുന്നോ? പാലക്കാടൻ മട്ട എന്നത് വിശ്വസിക്കാവുന്ന സത്യം തന്നെയാണോ?

ഗണ്ണു പൊലീസ് ഡിപ്പാർട്ട്മെന്റിന് മുതൽക്കൂട്ടാവുമെന്ന് തോന്നി. എത്രയോ അജ്ഞാതജഡങ്ങൾ വഴിയോര വിരുന്നായി നിത്യവും കാഴ്ചയിൽ നിറയാറുണ്ടെന്ന് ഗണ്ണു അനുഭവം പറഞ്ഞു. ഭയം തോന്നി. അങ്ങനെയൊരാപത്ത് താങ്ങാനുള്ള കരുത്തില്ല വിശാലത്തിനും മക്കൾക്കും.

നടരാജൻ തിരിച്ചുവന്നാൽ തല മുണ്ഡനം ചെയ്ത് ഒരാഴ്ച ഉണ്ണാവ്രതം നേർന്നതായി വിശാലത്തിന്റെ അറിയിപ്പ് വന്നു. കുന്നിൻമുകളിലെ ക്ഷേത്രം അതിന് പ്രസിദ്ധമാണത്രേ.

സമാധാനിപ്പിക്കാൻ വാക്കുകൾ കിട്ടാതെ അയാൾ തപിച്ചു.

രാത്രി ഒറ്റയ്ക്ക് കിടക്കാൻ ഭയം തോന്നുന്നു. ഗണ്ണുവിനെ വന്നു കിടക്കാൻ പറയാമോ എന്ന് വിശാലം. ഡോംബിവില്ലിയിൽനിന്നും മാട്ടുങ്കയിലേക്കുള്ള ദൂരം ചില്ലറയല്ല. അരമനസ്സോടെ ഗണ്ണു സമ്മതം മൂളി.

ഒരു കാണാതാകൽ ആരെയെല്ലാം നീറ്റുന്ന ബാധിപ്പാവുന്നു എന്ന് അയാളും വിമ്മിട്ടപ്പെടാൻ തുടങ്ങി.

വയസ്സായവരെക്കൊണ്ടുള്ള ഭാരം അസഹനീയമാവുമ്പോൾ കുംഭമേളയിലെ ജനസമുദ്രത്തിൽ കൊണ്ടുപോയി ഉപേക്ഷിക്കുന്ന പതിവിനെക്കുറിച്ച് ദില്ലി സുഹൃത്ത് പറഞ്ഞത് ഒരു നിമിഷം ഓർമ്മിച്ചു. കൃഷ്ണമൂർത്തിയും നടരാജനും ആർക്കും ശല്യക്കാരല്ല. അവർ ഉപേക്ഷിക്കപ്പെടേണ്ടവരുമല്ല.

ഇത് കടവുളോട് കൺകെട്ട്... നമശ്ശിവായ ജപത്തിനിടയിൽ ശാരദ ഉരുവിട്ടു. ഇത് മറിമായമാ...കലികാലമാ...

മാട്ടുങ്കയിലേക്ക് മട്ടയരി വാങ്ങാൻ പോയ നടരാജനെ ചർച്ച് ഗേറ്റ് സ്റ്റേഷനു പുറത്ത് സിനിമ ഫ്ളെക്സ് നോക്കിനില്ക്കുന്നത് കണ്ടുവെന്ന് ഒരജ്ഞാത ഫോൺ സന്ദേശം. ഹിന്ദിപ്പടങ്ങളുടെ മുഴുത്ത കാമുകനാണ് നടരാജൻ. കേട്ടത് സത്യമാവാമെന്ന് വിശാലം ഉറപ്പിച്ചു. വിശദാംശങ്ങൾ ചോദിക്കുമ്പോഴേക്കും ഫോൺ കട്ടായി.

ദലാൽ സ്ട്രീറ്റിന് പുറത്ത് വലിയ കംപ്യൂട്ടർ സ്ക്രീനിൽ ഓഹരിവിലയിൽ കണ്ണും നട്ട് നില്ക്കുന്നത് താൻ കണ്ടുവെന്ന് അന്ധേരിയിലെ അമ്പിമണി. വലിയ ഷെയർ പ്രാന്തനാണ് നടരാജൻ. ഒരുപാട് പണം മുടങ്ങിക്കിടപ്പാണ്. വാസ്തവമായിരിക്കാം അമ്പി പറഞ്ഞത്. എങ്കിൽ എന്തുകൊണ്ട് കൈയോടെ പിടിച്ചില്ല? അടുത്തു ചെല്ലുമ്പോഴേക്കും നടരാജൻ തിരക്കിൽ മറഞ്ഞുവത്രെ.

നടരാജൻ ജീവിച്ചിരിപ്പുണ്ടല്ലോ എന്ന് വിശാലത്തിന് നിമ്മതിയായി.

ഇതെല്ലാം അവരുടെ തോന്നലാണെന്ന് ഗണ്ണു പറഞ്ഞു. ആരും അവരെ വിളിച്ചിട്ടില്ല... ഒന്നും പറഞ്ഞിട്ടുമില്ല..

അമ്പരപ്പിന്റെ ആഴത്തിൽ വിശാലത്തിന്റെ ആണിക്കല്ലും ഇളകിത്തുടങ്ങിയോ എന്ന് അയാൾ ഭയന്നു.

കൃഷ്ണമൂർത്തി തല്ക്കാലം സ്മൃതിപഥത്തിൽനിന്നും മാഞ്ഞു. നടരാജനു വേണ്ടി മനസ്സ് മാന്തിപ്പൊളി തുടങ്ങി. കൃഷ്ണമൂർത്തിക്കു വേണ്ടിയുള്ള ശാരദയുടെ നമശ്ശിവായ നിന്നു. നാമജപങ്ങളും നിന്നു.

മനസ്സ് മരവിച്ചുപോയ ഒരുച്ചയ്ക്ക് വീട്ടുവാശലിൽ ജീപ്പ്. ജീപ്പിൽനിന്നും കൃഷ്ണമൂർത്തിയെയും കൂട്ടി രണ്ടു പൊലീസുകാർ ഇറങ്ങി. കൈപിടിച്ച് അരികിൽ കൊണ്ടു നിർത്തി. ഭഗവാനെ വിളിച്ചുകൊണ്ട് ശാരദ കിതച്ചോടി വന്നു.

മൂപ്പർക്ക് ആരെയും അങ്ങട് തിരിയിണില്യ... പൊലീസുകാരൻ പറഞ്ഞു.

നോക്കുമ്പോൾ പ്രത്യക്ഷത്തിൽത്തന്നെ കൃഷ്ണമൂർത്തിക്ക് വലിയ മാറ്റങ്ങൾ. തൂക്കം കുറഞ്ഞിരിക്കുന്നു. എഴുന്നേറ്റാലുടൻ ക്ലീൻ ഷേവ് ചെയ്യുന്ന മുഖത്തിന് നരച്ചലസമായ താടി അരോചകമായി തോന്നി. വലതു കാലിന് ചെറിയ മുടന്ത്. പോകുമ്പോൾ ഇട്ടിരുന്ന നീലക്കള്ളി ഷർട്ടിന്റെ സ്ഥാനത്ത് കീറിപ്പറിഞ്ഞ വെള്ളക്കുപ്പായം.

മൂർത്തിയണ്ണാ... എന്നാച്ച്?

ശാരദ മൂർത്തിയെ കണ്ണീർകൊണ്ട് അഭിഷേകം ചെയ്തു.

മൂർത്തി... അയാൾ കൈ പൊന്തിച്ച് തന്റെ കൈയോട് ചേർത്തുവച്ചു. എന്ന് പുരിഞ്ചുതാ?*

കൃഷ്ണമൂർത്തി ആരെയും തിരിച്ചറിഞ്ഞില്ല. വീടുപോലും തിരിച്ചറിയാതെ വാശലിൽ നില്പു തുടർന്നു. വെടിക്കെട്ടു കാണാൻ പോയവന്റെ വിശേഷം എന്ന് മനസ്സിൽ ആ പഴയ മുഖം വരച്ചെടുക്കാൻ ശ്രമിക്കവെ, മുംബൈയിൽനിന്നും വിശാലത്തിന്റെ ഫോൺ.

---

* പുരിഞ്ചുതാ - മനസ്സിലായോ?

ജ്യോതിഷഫലം ഫോണിൽ ലഭ്യമല്ല

വണ്ടിയോടിക്കുമ്പോഴും ഗോവണി കയറിയിറങ്ങുമ്പോഴും വീഴാതെ നോക്കണം എന്ന് നാവെടുത്തതേയുള്ളൂ. നല്ലൊരു തട്ടുപൊളിപ്പൻ വീഴ്ചയിൽ രക്തവർണ്ണനായി. ഇടത്തേ തുടയിൽ മൾട്ടിപ്പിൾ ഫ്രാക്ചർ. വലത്തേ കൈമുട്ടിനുകീഴെ ഒരു പൊട്ടൽ. കീഴ്ത്താടിയിൽ നാലു സ്റ്റിച്ചും. അങ്ങനെ പ്രാരംഭത്തിൽത്തന്നെ ഏഴരശ്ശനി തന്റെ ആഗമനം ആഘോഷമാക്കി.

"നിങ്ങൾ ബേജാറാകാതിരിക്കൂ," രാമസുബ്രഹ്മണ്യൻ അയാളെ സമാധാനിപ്പിച്ചു. "തുടക്കത്തിൽ ഒരടി കിട്ടി എന്നു വെച്ച് ഏഴരവർഷം മുഴുവൻ ഇങ്ങനെയാവണമെന്നില്ല..."

അപ്പോൾ ജാതകന് അടുത്ത സംശയം.

"തുടക്കത്തിൽത്തന്നെ ഇത്ര വലിയ അടിയാണെങ്കിൽ ഇനി വരാൻ പോകുന്ന...."

"വരുന്നത് വല്ലതും നമ്മൾ വിചാരിച്ചാൽ നില്ക്കുമോ?", അവസാനം രാമസുബ്രഹ്മണ്യൻ പറഞ്ഞു. "എല്ലാം നേരിടാനുള്ള മനക്കരുത്ത് അതത് സമയത്ത് താനേ വന്നു ചേരും."

എത്ര നടുക്കങ്ങൾ മുന്നറിയിപ്പില്ലാതെ കടന്നുവന്നിരിക്കുന്നു? അപ്പോഴെല്ലാം പിടിച്ചു നില്ക്കാനുള്ള ശക്തി എവിടെനിന്നാണ് കിട്ടിയത്? തളർന്നും ഉയിർത്തെഴുന്നേറ്റും താനേ പാകപ്പെടുകയായിരുന്നു.

"ഇനി എന്തെല്ലാമാണ് ഉണ്ടാവ്വാ"? കടയുന്ന വേദനയ്ക്കിടയിലും ജാതകന് ജിജ്ഞാസ. "വീഴ്ച... പിന്നെ.?"

"കോടതിവ്യവഹാരം പറയുന്നുണ്ട്. ധനനഷ്ടം, മാനഹാനി, ഭവനഭേദനം, ശ്മശാന സന്ദർശനം എന്നിവയും പട്ടികയിലുണ്ട്. സ്ഥാനഭ്രംശം, അസുഖങ്ങൾ, എഴുതാപ്പുറം വായന, ഉറുമ്പിനെ ആനപോലെ തോന്നിക്കുന്ന ഭ്രമാത്മക കല്പന എന്നിവയും ആചാര്യന്മാർ അടയാളപ്പെടുത്തി

യിട്ടുണ്ട്. ആയുസ്സിന്റെ ബലാബലമനുസരിച്ച് മരണത്തിലേക്ക് മുഖം കുത്തി വീഴുന്നവരും അപൂർവ്വമല്ല...”

“ഭഗവാനേ,” ജാതകൻ ഒറ്റക്കാലിൽ എഴുന്നേല്ക്കാൻ ശ്രമിച്ചു. “ഇതെല്ലാം അനുഭവിക്കുമ്പോഴേക്കും ഞാൻ...”

“ഏഴരശ്ശനിയുള്ള എല്ലാവരും മുകളിൽ പറഞ്ഞ എല്ലാം അനുഭവിച്ചുകൊള്ളണമെന്നില്ല,” രാമസുബ്രഹ്മണ്യൻ വിയർക്കാൻ തുടങ്ങി, “ഓരോരുത്തർക്ക് അവരവരുടെ ദശയ്ക്കും അപഹാരങ്ങൾക്കുമനുസരിച്ച് ഫലങ്ങൾ മാറിക്കൊണ്ടിരിക്കും....”

“അപ്പോൾ എനിക്ക്...?”

മുഖം ചേർത്ത് ഒന്നു കൊടുക്കാൻ തോന്നി. എല്ലു പൊട്ടിക്കിടക്കുന്ന ഈ അവസ്ഥയിലും ഇയാൾക്കെന്തെല്ലാം അറിയണം?

“ഇപ്പോൾ നിങ്ങൾ റെസ്റ്റെടുക്കൂ,” രാമസുബ്രഹ്മണ്യൻ ഒരു വിധം തലയൂരി പുറത്തുവന്നു. “എല്ലാം ഭേദമാവട്ടെ... എന്നിട്ട്....”

ആശുപത്രിമുറ്റം കടക്കുമ്പോൾ വിചാരിച്ചു. സുകുമാരൻനായർ അയൽക്കാരനായിപ്പോയതുകൊണ്ടാണ് ആശുപത്രിവരെ പോകേണ്ടിവന്നതും കാര്യങ്ങൾ വിശദമാക്കേണ്ടിവന്നതും. ഓരോന്നും വള്ളിപുള്ളിവിടാതെ വിസ്തരിക്കാൻ തനിക്കെന്ത് തലേലെഴുത്ത്?

വീടെത്തിയപ്പോൾ പരിശോധനാ മുറിക്കു പുറത്ത് നാലഞ്ചുപേർ. രാവിലെ ഒന്നും കഴിക്കാതെ ഇറങ്ങിയതിനാൽ നല്ല വിശപ്പുണ്ടായിരുന്നു. “ഊണ് കഴിച്ചുവരാം, ഇരിക്കൂ” എന്ന് ചെയറിലേക്ക് വിരൽ ചൂണ്ടിയപ്പോൾ വന്നവരിൽ ഒരാൾക്ക് അടിയന്തരമായി ഒരു മുഹൂർത്തം നോക്കിക്കിട്ടണം. എന്നിട്ടു വേണമത്രെ കടയുടെ ഉദ്ഘാടന തീയതിയും മുഖ്യാതിഥിയേയും നിശ്ചയിക്കാൻ.

“പത്തു മിനിറ്റിരിക്കൂ... അപ്പോഴേക്കും ഞാൻ....”

“പത്തു മിനിറ്റിരുന്നാൽ ചീഫ് ഗസ്റ്റ് ചിലപ്പോൾ പൊയ്പ്പോവും....”

“ആരെയാണ് ഉദ്ദേശിക്കുന്നത്?”

“നമ്മുടെ എം പി. ..... അദ്ദേഹമിപ്പോൾ ഇവിടെ ഒരു പരിപാടിക്കു വന്നിട്ടുണ്ട്....”

ഉമ്മറത്ത് വന്ന് ശ്യാമള കണ്ണിറുക്കി, വേഗം ഒന്ന് നോക്കിക്കൊടുത്തൂടെ എന്ന മട്ടിൽ. മുഹൂർത്തം എളുപ്പത്തിൽ നോക്കാൻ കഴിയുന്ന ഒന്നാണെന്ന് എല്ലാവരും ധരിച്ചു വെച്ചിരിക്കുന്നു. ആ ധാരണ തെറ്റാണെന്നത് അവിടെ നില്ക്കട്ടെ. ഒരാൾക്ക് മുഹൂർത്തം കുറിച്ചു കൊടുക്കാൻ നിന്നാൽ എനിക്കും ഒരഞ്ചു മിനിറ്റ് അനുവദിച്ചു കൂടെ എന്ന് അടുത്തയാൾ അകത്തു കയറും. സ്വാഭാവികമായും അതിനു പിന്നിലെ ആളും കയറും. അഞ്ചു മിനിറ്റിനുള്ളിൽ അവർക്ക് ഭൂതവർത്തമാനഭാവി മുഴുവൻ അറിയണം. ഈ നില്ക്കുന്ന നാലു പേരെയും പറഞ്ഞു വിടുമ്പോഴേക്കും വേറെയും ഒന്നു രണ്ടു പേർ എത്തിയിട്ടുണ്ടാവും.

ശ്യാമള പിന്നേയും കണ്ണിറുക്കി. അവൾക്ക് ക്ലയന്റുകളെ നഷ്ടപ്പെടരുത് എന്നായിരിക്കും. പെട്ടിയിൽ പണം വീഴുന്ന സുഖവുമുണ്ടാവും.

മെഡിക്കൽ റെപ്രസന്റേറ്റീവിന്റെ പണി ഉപേക്ഷിച്ച് ജ്യോതിഷം തൊഴിലാക്കിയപ്പോൾ 'വരുമാനം' മുഖ്യഘടകം തന്നെയായിരുന്നു. ഔഷധ രംഗത്തെ മത്സരങ്ങളും ഒടുങ്ങാത്ത അലച്ചിലും ഉറക്കം കെടുത്തുന്ന സമ്മർദ്ദങ്ങളും ആരോഗ്യത്തേയും കുടുംബജീവിതത്തേയും ബാധിക്കുന്നു എന്നു തോന്നിയപ്പോഴാണ് രംഗം വിടാൻ തീരുമാനിച്ചത്. വരുമാനം കുറഞ്ഞാലും സമാധാനത്തോടെ ജീവിക്കാമല്ലോ.

ശ്യാമളയുടെ കണ്ണിറുക്കലിനു വഴങ്ങി മുഹൂർത്തം കുറിച്ചു കൊടുക്കുമ്പോൾ മനസ്സിൽ എണ്ണിയതു പോലെ തന്നെ സംഭവിച്ചു. ഒന്നിനു പിറകെ ഒന്നായി എല്ലാവരും കയറി. ഉണ്ണാനിരിക്കുമ്പോൾ ഉച്ചയ്ക്ക് മൂന്നു മണി.

വൈകുന്നേരം സ്കൂൾ ബസിൽ മകനെ കാണാഞ്ഞ് ശ്യാമള ആകുലയായി. ഡ്രൈവറോട് ചോദിക്കാൻ ചെല്ലുമ്പോഴേക്കും ബസു വിട്ടു. ബേജാറിൽ വീട്ടിലേക്ക് ഓടി വരുമ്പോഴുണ്ട് പിന്നിൽ പാഞ്ഞു വന്ന ഒരോട്ടോയിൽ ദീപക്കും ക്ലാസിലെ രണ്ടു കുട്ടികളും. ദീപക്കിന്റെ ഇടത്തേ കൈയിൽ ബാൻഡേജ്. കാലിൽ രണ്ടു മൂന്നിടത്ത് ഡ്രസിങ്ങും പ്ലാസ്റ്ററും. എന്തു പറ്റിയെന്ന് അരികിലേക്ക് ചെന്നപ്പോൾ അവൻ നിന്ന നില്പിൽ കരച്ചിൽ തുടങ്ങി. പി ടി പിരീഡിൽ ഫുട്ബോൾ കളിക്കിടെ നടന്ന ചെറിയ ഒരപകടം. പൊടി തട്ടി വീണ്ടും കളി തുടർന്നപ്പോൾ കൈയിൽ നീരു വന്നു. തിങ്ങുന്ന വേദനയും. ഒരു തലനാരിഴപ്പൊട്ടലിന്റെ സാദ്ധ്യത സംശയിച്ചത് നിർമ്മല മാഡമാണ്. അടുത്തുള്ള ഡോക്ടറെ കാണിച്ചപ്പോൾ മാഡത്തിന്റെ സംശയം ശരിയായിരുന്നു. മൂന്നാഴ്ചത്തെ വിശ്രമമാണ് നിർദ്ദേശിച്ചിരിക്കുന്നത്. ബാൻഡേജ് അഴിച്ച ശേഷം വീണ്ടും ഒരു എക്സ്റേ എടുക്കണം. എന്നിട്ടേ സ്കൂളിൽ പോകുന്ന കാര്യം പറയാൻ കഴിയൂ.

ഡോക്ടർ ഫീസും എക്സ്റേ ചെലവും ഓട്ടോ ചാർജ്ജും എല്ലാ കൂടി അറുനൂറുരൂപയായി. ദീപക് കരച്ചിലവസാനിപ്പിച്ച് ഹോർലിക്സിൽ ശാന്തനായി.

"ഉച്ചയ്ക്ക് ആ ക്ലയന്റ്സിൽ നിന്നു കിട്ടിയ ദക്ഷിണ ഇതിനുപകാരമായി," ശ്യാമള അരികിൽ വന്നു. "ഒരു വരവിന് ഒരു ചെലവ്...."

രാമസുബ്രഹ്മണ്യനും അതുതന്നെ ആലോചിച്ചു. കഴിഞ്ഞ കുറേ ദിവസങ്ങളായി ഒരു കൈയിലേക്ക് വരുന്നത് മറുകൈയിലൂടെ പോകുന്നു. എല്ലാം പാഴ്ച്ചെലവുകൾ... രാഹുദശയാണ് നടക്കുന്നതെന്നറിയാം. അപഹാരവും ഛിദ്രവും മാറിയിട്ടുണ്ടാവും. ലോകത്തിലെ മുഴുവൻ ആളുകളുടേയും സമയം കണ്ടു പിടിക്കുന്ന ജ്യോത്സ്യന് സ്വന്തം സമയം നോക്കാൻ നേരം കിട്ടാറില്ലെന്ന് ഗുരുനാഥൻ എപ്പോഴും പറയും. സത്യം.

"എന്തു തിരക്കുണ്ടെങ്കിലും ഇനി ആദ്യം ക്ലയന്റ്സ്... എന്നിട്ടു മതി സ്വന്തം കാര്യങ്ങൾ...."

ജോലി ഉപേക്ഷിച്ചതു മുതൽ ശ്യാമളയ്ക്ക് എന്നും പരിഭ്രമമാണ്... 'ജ്യോത്സ്യൻ' എന്ന ബോർഡ് തൂക്കിയ ദിവസം അവൾ ചോദിച്ചു.

"ഈ വരുമാനം കൊണ്ടുമാത്രം നമ്മുടെ കുടുംബം കഴിയുമോ?"

"എല്ലാ ജ്യോത്സ്യന്മാരും എങ്ങനെയാണ് കുടുംബം നടത്തുന്നത്?"

ശ്യാമളയുടെ കണ്ണുകളിൽ ആശങ്കയും ഭയവും.

"പക്ഷേ, നമ്മൾ എസ്റ്റാബ്ലിഷ് ചെയ്തിട്ടില്ലല്ലോ...."

"ബോർഡ് വെച്ച് പ്രാക്ടീസ് തുടങ്ങിയാലല്ലേ എസ്റ്റാബ്ലിഷ് ചെയ്യാൻ പറ്റൂ..."

ശ്യാമള ഒന്നും പറഞ്ഞില്ല. വിട്ടു മാറാത്ത സന്ദേഹവുമായി തെല്ലു നേരം കൂടി നിന്നു.

ബോർഡു വെച്ച ദിവസം അപരിചിതനായ ഒരാൾ കയറി വന്നു.

"ഞാൻ അംബുജാക്ഷൻ..."

പോക്കറ്റിൽനിന്നും ഒരു വിസിറ്റിങ് കാർഡ് നീട്ടിക്കൊണ്ട് അയാൾ സ്വയം പരിചയപ്പെടുത്തി.

പരിഹാരക്രിയകളാണ് പ്രധാന തൊഴിൽ. വിധിപ്രകാരം മന്ത്രങ്ങളും പൂജകളും അഭ്യസിച്ച ഒരു സംഘം പൂജാരിമാർ അയാളുടെ പക്കലുണ്ടത്രെ. ജാതകത്തിലും പ്രശ്നത്തിലും കാണുന്ന ജീവിതസന്ധികൾക്ക് പരിഹാരകർമ്മങ്ങൾ ചെയ്യാൻ പൂജാരിമാരെ സപ്ലൈചെയ്യലാണ് മുഖ്യജോലി. ഇന്ത്യയിലെ മഹാനഗരങ്ങൾക്കു പുറമേ സിംഗപ്പൂർ, മലേഷ്യ, ദുബായ് എന്നീ വിദേശരാജ്യങ്ങളിലേക്കും പൂജാരിമാരെ അയച്ചു കൊടുക്കുന്നുണ്ട്. കൂട്ടത്തിൽ അല്പസ്വല്പം പ്രാക്ടീസും. ഞായറാഴ്ച രണ്ടു ബാച്ച് കുട്ടികൾക്ക് ജ്യോതിഷബാലപാഠങ്ങൾ പഠിപ്പിക്കുന്നുമുണ്ട്.

ഇത്രയൊക്കെ സൗകര്യങ്ങളും സംവിധാനങ്ങളുമുള്ള ആൾ എന്തിനാണ് തന്റെ മുന്നിൽ ആഗതനായിരിക്കുന്നതെന്ന് രാമസുബ്രഹ്മണ്യൻ ആശ്ചര്യപ്പെട്ടു.

"ഞാൻ വന്നത് മറ്റൊന്നിനുമല്ല," അംബുജാക്ഷൻ കാര്യത്തിലേക്കു കടന്നു. "ജ്യോത്സ്യനാവുമ്പോൾ താങ്കളും പരിഹാരങ്ങൾ നിർദ്ദേശിക്കുന്നുണ്ടാവുമല്ലോ...."

ഒരു ചുറ്റിക്കളിയുടെ ലക്ഷണം അയാളുടെ പെരുമാറ്റത്തിൽ പ്രകടമായി.

"കുറച്ചു ക്ലയന്റ്സിനെ എന്റടുത്തേക്ക് പറഞ്ഞു വിടണം...", അയാൾ ശബ്ദം താഴ്ത്തി. "പൂജയ്ക്ക് മൊത്തം കിട്ടുന്നതിന്റെ പത്തു ശതമാനം കൃത്യമായി ഇവിടെ എത്തിച്ചിരിക്കും."

കൂടെ പഠിച്ച പലരുടേയും പ്രധാന വരുമാനമാർഗ്ഗം പരിഹാരകർമ്മങ്ങളാണ്. അംബുജാക്ഷന്മാർ അവർക്കു ചുറ്റും വലവിരിച്ചു നില്പാണ്. ചിലർ വീഴുന്നു. ചിലർ പ്രതിരോധിക്കുന്നു.

താനെന്തു ചെയ്യണം?

ഗുരുനാഥന്റെ മുഖം ഓർത്തപ്പോൾ രാമസുബ്രഹ്മണ്യന് ഒരു ഭയം തോന്നി. ജ്യോത്സ്യൻ ലാഭേച്ഛയില്ലാതെ പ്രവർത്തിക്കണമെന്നതായിരുന്നു ഗുരുമുഖത്തുനിന്നു കിട്ടിയ മുതൽപാഠം. മൂന്നു വർഷത്തെ ഗുരുകുലപഠനം കഴിഞ്ഞ് പുറത്തു വരുമ്പോൾ ദക്ഷിണ എത്രയെന്നു ചോദിച്ചതിന് ഗുരുനാഥൻ തന്ന മറുപടി വിനയത്തിന്റേതാണ്.

"ജ്യോതിഷത്തെ സേവനമായി കാണണം... പ്രശ്നങ്ങളുമായി സമീപിക്കുന്നവരെ കൂടുതൽ പ്രശ്നത്തിലാക്കാതെ അവർക്ക് ആശ്വാസം പകരാൻ കഴിയണം... അതാണ് നിങ്ങളാൽ എനിക്കു തരാവുന്ന ഏറ്റവും വലിയ ഗുരുദക്ഷിണ..."

അംബുജാക്ഷൻ അക്ഷമനായിത്തുടങ്ങിയപ്പോൾ രാമസുബ്രഹ്മണ്യൻ പറഞ്ഞു.

"നിങ്ങൾ ഇറങ്ങൂ.... ഞാൻ അങ്ങനെ പരിഹാരങ്ങളൊന്നും എഴുതാറില്ല..."

"എഴുതണം," അംബുജാക്ഷൻ ഉപദേശസ്വരത്തിൽ മന്ത്രിച്ചു. "വലിയ പരിഹാരങ്ങൾ നിർദ്ദേശിക്കുന്ന ജ്യോത്സ്യന്മാരെയും വലിയ മരുന്നുകളെഴുതുന്ന ഡോക്ടർമാരെയുമാണ് ജനങ്ങൾക്കിഷ്ടം..."

എത്ര വ്യക്തമായി അംബുജാക്ഷൻ സമൂഹമനസ്സിനെ വായിച്ചറിഞ്ഞിരിക്കുന്നു! പക്ഷേ, താൻ അതിന് പ്രാപ്തനാണോ..?

"ആവണം," അംബുജാക്ഷൻ എഴുന്നേറ്റു. "തന്നെ ആയിക്കൊള്ളും..."

അപ്പാ ദക്ഷിണ ചോദിച്ചു വാങ്ങാത്ത ജ്യോതിഷിയായിരുന്നു. അടുത്ത പരിചയക്കാർ ഏഴും എട്ടും ജാതകങ്ങൾ കാണിച്ച ശേഷം ഇറങ്ങുമ്പോൾ ചോദിക്കും.

"പറയൂ... എത്രയാണെന്നു പറയൂ.."

"ദക്ഷിണ വാങ്ങണമെന്ന് ആചാര്യൻ തന്നെ പറഞ്ഞിട്ടുണ്ട്," അപ്പാ വിനയത്തോടെ കൈ കൂപ്പും. "ഒരു രൂപയും ദക്ഷിണ തന്നെ..."

എത്ര ഒരു രൂപത്തുട്ടുകളാണ് വിട്ടത്തിന്റെ വിളുമ്പിൽ അടുക്കി വെച്ചു കണ്ടിട്ടുള്ളത് !

"ജ്യോത്സ്യന്റെ യഥാർത്ഥ പേര് ദൈവജ്ഞൻ എന്നാണ്, " അപ്പാ പറയും. "അതിനാൽ ദൈവഹിതത്തിന് എതിരായി ഒന്നും ചെയ്യരുത്..."

ആദ്യ ഗുരു!

അദ്ദേഹത്തിന്റെ സരസ്വതിയിൽനിന്നും കേട്ട മുതൽ വിളംബരം.

അംബുജാക്ഷന് തന്റെ പാരമ്പര്യമറിയില്ല. ഗുരുക്കന്മാരെയുമറിയില്ല.

ദീപക്കിന് വേദന കൂടിയിട്ടുണ്ടെന്ന് ശ്യാമള പറഞ്ഞു. വൈകിട്ട് കൊടുത്ത മരുന്നിന്റെ പ്രവർത്തനസമയം കഴിഞ്ഞിരിക്കും. മുറിപ്പാടുകൾ അതോർമ്മപ്പെടുത്തുകയാവും. സമയാസമയത്തിന് മരുന്ന് ചോദിച്ചു വാങ്ങുകയാണ് മുറിവുകൾ.

ഭക്ഷണം കഴിഞ്ഞ് കിടക്കുന്നതിനുമുമ്പ് മെയിൽ പരിശോധിക്കുക എന്ന പതിവുണ്ട്. ലാപ്ടോപ് തുറന്നതും ശ്യാമള അരികിലെത്തി.

"അതേയ് നമ്മുടെ ദീപക്കിന്റെ സമയം ഇപ്പോഴെങ്ങനെ...?"

പെട്ടെന്നാണ് ഓർത്തത്. കഴിഞ്ഞാഴ്ച തുലാത്തിലേക്ക് രാശിമാറ്റം നടത്തിയ ശനി ഏഴരയുടെ കുപ്പായത്തിൽ സംഹാരം തുടങ്ങിയിരിക്കുന്നു. രാവിലെ വീഴ്ചയിൽ കാലൊടിഞ്ഞ സുകുമാരൻ നായരുടെ അതേ നക്ഷത്രമാണ് ദീപക്കിനും.

"ലോകത്തിലെല്ലാവർക്കും നിങ്ങൾ ഏഴരശ്ശനിയെക്കുറിച്ച് ക്ലാസെ

ടുക്കുന്നു," ശ്യാമള പരിഭവം പറഞ്ഞു. "സ്വന്തം മകന്റെ കാര്യം മറന്നല്ലോ..."

അപരാധം തന്നെയാണ്. പക്ഷേ, ബോധപൂർവ്വമാണോ?

"ആട്ടെ... എന്തു പരിഹാരമാണ് അവന് ചെയ്യേണ്ടത്?"

എല്ലാ ഏഴരശ്ശനിക്കാർക്കും പറയാറുള്ള പരിഹാരങ്ങൾ തന്നെ അവനും നിർദ്ദേശിച്ചു. നാളെ ശനിയാഴ്ചയായത് ശുഭലക്ഷണമാണെന്നും ഭാഗ്യമാണെന്നും പിറുപിറുത്തുകൊണ്ട് ശ്യാമള കിടപ്പുമുറിയിലേക്കു നീങ്ങി.

ലാപ്ടോപ്പിൽ മൂന്നു ജാതകങ്ങൾ ഇതൾ വിടർത്തി. മുംബൈയിലെ വിശ്വനാഥന് മകളുടെ ജാതകച്ചേർച്ച നോക്കണം. ചെന്നൈയിലെ രങ്കനാഥന് ഇപ്പോഴത്തെ സമയം വിദേശയാത്രയ്ക്ക് അനുകൂലമാണോ എന്നറിയണം. കൊച്ചിയിലെ സുചിത്രയ്ക്കറിയേണ്ടത് മകന്റെ വിദ്യാഭ്യാസ കാര്യങ്ങൾ...

സാവകാശത്തിൽ നോക്കി നാളെ മറുപടി കൊടുക്കാമെന്നു വെച്ചു. മറ്റു മെയിലുകളിലൂടെ സഞ്ചരിക്കുമ്പോൾ പെട്ടെന്ന് വിശ്വനാഥന്റെ പുതിയൊരു മെയിൽ പ്രത്യക്ഷപ്പെട്ടു.

"പയ്യന്റെ വീട്ടുകാർക്ക് ഉടനെ ചേർച്ചയറിയണമത്രെ," വിശ്വനാഥൻ അഭ്യർത്ഥിച്ചു. "അതിനാൽ ഇന്നു രാത്രിതന്നെ നോക്കി മറുപടി തരണം പ്ലീസ്..."

ലാപ്ടോപ്പിൽ വരുന്ന തൊണ്ണൂറു ശതമാനം ജാതക പരിശോധനകളും സൗജന്യസർവ്വീസാണ്. സൗഹൃദത്തിന്റെ പേരിലാണ് അവർ സ്വാതന്ത്ര്യമെടുക്കുന്നത്. പക്ഷേ, സമയം എന്ന സാവകാശമെങ്കിലും തരണ്ടേ? പറഞ്ഞ സമയത്തിനുള്ളിൽ മറുപടി കിട്ടിയില്ലെങ്കിൽ തെറ്റിദ്ധാരണയായി. പിണക്കമായി.

കൈയൊടിഞ്ഞ് കിടക്കുന്ന മകന്റെയരികിൽ അല്പനേരമിരിക്കാൻ പോലും സമയം കിട്ടിയിട്ടില്ലെന്നത് വിശ്വനാഥനറിയുമോ? അയാൾക്ക് മകളുടെ ചേർച്ചകാര്യം മാത്രമറിഞ്ഞാൽ മതി. വിശ്വനാഥന്റെ മുഖത്തു നോക്കി പക്ഷേ, തനിക്ക് എന്തെങ്കിലും പറയാൻ കഴിയുമോ? മുംബൈയിൽ ഉണ്ടായിരുന്ന കുറച്ചുകാലം തനിക്ക് പാർപ്പിടമൊരുക്കിയതും ഒരത്യാവശ്യം വന്നപ്പോൾ ആധാരം പോലുമില്ലാതെ വലിയൊരു സംഖ്യ തന്ന് സഹായിച്ചതും എങ്ങനെ മറക്കും?

ചേർച്ച നോക്കിക്കൊണ്ടിരിക്കുമ്പോൾ വിശ്വനാഥന്റെ എസ് എം എസ് ശബ്ദിച്ചു.

"Does it match well Ramu?'"

മറുപടി കൊടുത്തു: "I am analysing now...! will let you know...."

ജാതകം അയയ്ക്കുന്നതു കൂടാതെ എത്ര കൃത്യമായാണ് ആളുകൾ 'ഫോളോ അപ്പ്' നടത്തുന്നത്? ഇന്ന് അതിനുള്ള സൗകര്യങ്ങളുണ്ട്. ഇല്ലാതിരുന്ന കാലത്ത് മുംബൈയിൽനിന്നും, കല്ക്കത്തയിൽനിന്നും വരുന്ന ജാതകങ്ങൾക്ക് അപ്പാ മൂന്നും നാലും പേജ് മറുപടിയെഴുതി തപാലിൽ

തൂക്കം നോക്കി അയക്കുമായിരുന്നു. ഫലനിർണ്ണയത്തിന് അന്നൊന്നും ആരും സമയപരിധി നിശ്ചയിച്ചിരുന്നില്ല. ഓർമ്മപ്പെടുത്തലുകളും ഉണ്ടായിരുന്നില്ല. കാലപ്രവാഹത്തിൽ വർഷങ്ങൾ മലക്കം മറിയുമ്പോഴേക്കും മനുഷ്യന് എന്തെല്ലാം മാറ്റങ്ങളാണ്?

നോക്കിയപ്പോൾ ദശാസന്ധി ദോഷമില്ല. പത്തിൽ ഏഴു പൊരുത്തങ്ങളുണ്ട്. പക്ഷേ, പാപസാമ്യം ചതിച്ചു. പെൺകുട്ടിയുടെ ഏഴിലും എട്ടിലും ആഗ്നേയരൂപത്തിൽ നില്ക്കുന്ന പാപങ്ങൾക്ക് തത്തുല്യപാപം പുരുഷ ജാതകത്തിൽ കാണാനില്ല.

"Sorry vichu ..... it doesn't, match...."

എന്തുകൊണ്ട്? വിശ്വനാഥനായതിനാൽ പ്രതീക്ഷിക്കണം. എന്തുകൊണ്ട് ചേരുന്നില്ല, രാമു?

"can you please explain..."

വിശദമാക്കാം. പക്ഷേ, മനസ്സിലായിക്കൊള്ളണമെന്നില്ല. മനസ്സിലാകണമെങ്കിൽ ശാസ്ത്രം പഠിക്കേണ്ടി വരും. ഫോണിലൂടെ തൊണ്ട വറ്റിച്ച മുൻകാല അനുഭവങ്ങൾ നിരവധിയാണ്. എല്ലാം തലയാട്ടി കേട്ടശേഷം വീണ്ടും ചോദിക്കും: ഒന്നു കൂടി വിശദമാക്കാമോ പ്ലീസ്...

പാതിരായ്ക്ക് വിശ്വനാഥൻ വിളിച്ചത് പക്ഷേ, സംശയനിവൃത്തി വരുത്താനായിരുന്നില്ല. ഒന്നാന്തരം കുടുംബമാണ് പയ്യന്റേത്. പൂർവ്വികം കല്പാത്തി. മുത്തശ്ശൻ സുപ്രീംകോർട്ട് ജഡ്ജിയായിരുന്നു. അച്ഛൻ പേരു കേട്ട ഓഡിറ്ററും. പയ്യൻ യു എസിൽ സോഫ്ട് വെയർ എഞ്ചിനീയർ. ലാപ്ടോപ്പിൽ അവനും ചിത്രയും തമ്മിൽ നിത്യവും ചാറ്റിങ് നടക്കുന്നുണ്ട്. അതിനാൽ ഇഷ്ടക്കേട് എന്ന മാരണം വഴിമുടക്കിയാവില്ല. ജാതകം ചേരണമെന്നു മാത്രം.

"Sorry Vichu.... it is quite unfortunate..."

ചേർക്കാൻ എന്തെങ്കിലും വഴിയുണ്ടോ എന്നായി വിശ്വനാഥൻ.

"ചേർക്കാൻ പാടില്ലാത്തത് എങ്ങനെയാണ് ചേർക്കുക?"

എന്തെങ്കിലും പരിഹാരം ചെയ്ത് ശരിപ്പെടുത്താമോ എന്നായി അടുത്ത ചോദ്യം. രോഗം വരുത്തിയശേഷം ചികത്സിക്കണോ, അതോ വരാതെ നോക്കണോ?

സമയം പന്ത്രണ്ടു കഴിഞ്ഞിരിക്കുന്നു. അവസാനം കടുപ്പിച്ചു പറഞ്ഞു.

"ഈ ജാതകങ്ങൾ ചേർക്കാൻ പാടില്ല... നെവർ... എവർ..."

നിരാശയിൽ വിശ്വനാഥൻ ഫോൺ വെച്ചു. കിടപ്പുമുറിയുടെ മങ്ങിയ വെളിച്ചത്തിൽ ദീപക് നല്ല ഉറക്കത്തിൽ. വേദന സംഹാരികൾക്ക് മനുഷ്യനെ ഉറക്കാനും കഴിയുമായിരിക്കും. ഉറങ്ങട്ടെ.

രാവിലെ ആറുമണിക്ക് ബെല്ലടി കേട്ടപ്പോൾ ആരായിരിക്കും അതികാലത്ത് എന്ന് അന്തപ്പെട്ടു. കൈയിൽ നിവർത്തിപ്പിടിച്ച ജാതകക്കുറിപ്പുകളുമായി രണ്ട് അപരിചിതർ. രാമസുബ്രഹ്മണ്യന് വല്ലാത്ത ചളിപ്പ് തോന്നി. കുളിച്ചിട്ടു പോലുമില്ല. പല്ലുതേപ്പും കുളിയും കഴിയാതെ ജാതകം നോക്കു

ന്നതെങ്ങനെ? യഥാർത്ഥ ദൈവജ്ഞൻ ബ്രാഹ്മമുഹൂർത്തത്തിൽ എഴുന്നേല്ക്കണമെന്നും കുളിച്ച് ശുദ്ധമായി രാശിപൂജ ചെയ്യണമെന്നുമാണ് ആചാര്യൻ പറഞ്ഞിട്ടുള്ളത്. ഇന്നലെ താൻ ഉറങ്ങാൻ കിടന്നതുതന്നെ ബ്രാഹ്മമുഹൂർത്തത്തിലല്ലേ?

" ഒരു ഒമ്പതു മണിക്ക് വരൂ..."

"അയ്യോ സാർ ഇത്തിരി അർജന്റ്..."

താൻ കുളിച്ചിട്ടു പോലുമില്ലെന്ന് എങ്ങനെ ഇവരോട് പറയും? ജ്യോത്സ്യൻ ഈ സമയമാവുമ്പോഴേക്കും കുളിച്ചു റെഡിയാവണം എന്ന സൗജന്യ ഉപദേശവും ചിലപ്പോൾ അവരിൽനിന്നു കേൾക്കേണ്ടിവരും.

അപ്പോഴേക്കും ശ്യാമള അരികിൽ വന്ന് കണ്ണിറുക്കി. രാവിലെ വീട്ടുപടിക്കൽ വന്നു നില്ക്കുന്ന ഭാഗ്യമാണ്. ഇതായിരിക്കും ചിലപ്പോൾ ഇന്നത്തെ കണിഫലം. തട്ടിക്കളയരുത്.

രാത്രി കിടക്കുമ്പോൾ നേരം പാതിരാവായത് ശ്യാമളയ്ക്കറിയില്ല. മകനോടൊപ്പം അവളും കൂർക്കം വലിച്ചുറങ്ങുന്നത് കണ്ടതാണ്.

ശ്യാമള വീണ്ടും കണ്ണിറുക്കി.

"ഇരിക്കൂ.... പത്തു മിനിറ്റിൽ വരാം..."

പെട്ടെന്ന് കുളിച്ചെന്നു വരുത്തി. ഒരു കാക്കക്കുളി. നെറ്റിയിൽ കളഭവും കുങ്കുമവും തൊട്ടു. ദൈവജ്ഞനാണെന്നു വരുത്തണ്ടേ?

ശനിയുടെ രാശിമാറ്റം തങ്ങൾക്ക് അനുകൂലമാണോ പ്രതികൂലമാണോ എന്നറിയാൻ വന്നവരാണ് 'അർജന്റ്'കാര്യം ചോദിക്കാൻ എത്തിയവർ. അവർ പോയപ്പോൾ ശ്യാമള പിറകെയെത്തി.

"എത്ര രൂപ തന്നു?"

അമ്പതിന്റെ എടുക്കാത്ത നോട്ട് ഉയർത്തിക്കാണിച്ചു.

പുറത്ത് ബോർഡു വെച്ചാൽ ഇത്തരം അസൗകര്യങ്ങൾ പ്രതീക്ഷിക്കണമെന്ന് ബാലു പറഞ്ഞു. ബോർഡു വെച്ചു കഴിഞ്ഞാൽ നിങ്ങൾ പിന്നെ സമൂഹത്തിന്റെ പൊതുസ്വത്താണ്. ആർക്കും എപ്പോൾ വേണമെങ്കിൽ കയറിച്ചെല്ലാവുന്ന സ്ഥാപനം. അതിനാൽ ബോർഡിൽ പ്രാക്ടീസ് സമയം അടിവരയിട്ട് രേഖപ്പെടുത്തണം. അല്ലെങ്കിൽ 'Consultation by appointment only' എന്ന് എഴുതിച്ചേർക്കണം. ഇതു രണ്ടുമില്ലെങ്കിൽ ഏതു പാതിരയ്ക്കും ആരും കയറി വരാം.

അനുഭവത്തിന്റെ വെളിച്ചത്തിലായിരിക്കണം ബാലു അങ്ങനെ പറഞ്ഞത്. ആ പറഞ്ഞതിനെ അന്വർത്ഥമാക്കുന്നതായിരുന്നു അന്നുച്ചത്തെ സംഭവം.

വേദനസംഹാരി കഴിച്ചിട്ടും ദീപക്കിന് വേദന കുറയാഞ്ഞപ്പോൾ ഡോക്ടറെ വിളിച്ചു. ഡോക്ടർ ഉടനെ കൂട്ടി വരാൻ പറഞ്ഞു. അവിടെയെത്തിയപ്പോഴാകട്ടെ ഏതോ അപകടം നടന്ന ദിക്കിലേക്ക് ഡോക്ടറേയും കൊണ്ടു പോകാൻ എത്തിയിരിക്കുകയാണ് ഒരു സംഘം ആളുകൾ. മൂന്നു മണിക്കൂറെടുത്തു ഡോക്ടർ വരാൻ. ദീപക്കിന്റെ ബാൻഡേജഴിച്ച് വീണ്ടും ഒരു എക്സ്റേ എടുത്ത് പുതിയ ബാൻഡേജിടുമ്പോഴേക്കും നേരം

വല്ലാതെ വൈകി. കത്തുന്ന വിശപ്പുമായി വീട്ടിലെത്തുമ്പോൾ കൈയിൽ ജാതക പുസ്തകങ്ങളുമായി രണ്ടു മൂന്നുപേർ. ഇക്കുറി ശ്യാമള കണ്ണിറുക്കിയില്ല. ഊണു കഴിച്ചു വന്നിട്ട് നോക്കാം എന്ന് പറഞ്ഞത് വന്നവർക്ക് ഇഷ്ടമായില്ലെന്ന് മുഖം വെളിപ്പെടുത്തി. എന്തോ കുത്തുവാക്ക് പറഞ്ഞ് അവർ ഇറങ്ങിപ്പോയി. അന്നു തീരുമാനിച്ചു. വരുമാനം കുറഞ്ഞാലും സാരമില്ല, ബോർഡിൽ എഴുതണം: Consultation by appointment only.....

വൈകിട്ട് ചെന്നൈയിൽനിന്നും രങ്കനാഥൻ വിളിച്ചു, വിദേശയാത്രയുടെ സമയാനുകൂല്യം അറിയാൻ. ഇത്തിരി സാവകാശം വേണമെന്നു പറഞ്ഞപ്പോൾ ധൃതി കാണിച്ചു. ബുദ്ധിമുട്ടാണെങ്കിൽ പറഞ്ഞോളൂ എന്ന് ഫോണിലൂടെ മുഖം ചെടിപ്പിച്ചു. ആരെയും മുഷിപ്പിക്കാതെ മുന്നോട്ടു പോകണം എന്നു വിചാരിക്കുമ്പോൾ മുഷിഞ്ഞു പോകുന്നത് സ്വന്തം ജീവിതമാണ്. രങ്കനാഥനോടും കടപ്പാടുകളുണ്ട്. അമ്മയ്ക്ക് ഒരു പ്രധാന സർജറി വേണ്ടിവന്നപ്പോൾ അപ്പോളോ ഹോസ്പിറ്റലിൽ ഡോക്ടറെ ബുക്ക് ചെയ്തു തന്നതും താമസസൗകര്യം ഏർപ്പാടാക്കിയതും അയാളാണ്. ഒരേ ഗ്രാമത്തിൽ കളിച്ചു വളരുകയും ഒരേ സ്കൂളിൽ പഠിച്ചു മുന്നേറുകയും ചെയ്ത കൂട്ടുകാരാണ്. ഇനി എപ്പോൾ എന്താവശ്യമാണ് വരികഎന്നും പറയാനാവില്ല. രാത്രിയാവുമ്പോഴേക്കും വിളിച്ച് വിവരം പറയാമെന്ന് പറഞ്ഞു.

രങ്കനാഥന്റെ ജാതകവുമായി ഇരുന്നപ്പോൾ മുൻപ് കണ്ടിട്ടില്ലാത്ത വെളുത്ത് സുന്ദരനായ ഒരു സ്വർണ്ണക്കണ്ണടക്കാരൻ കയറി വന്നു.

"ഞാൻ പീറ്റർ പോളൂക്കാരൻ...."

ഒരു വിസിറ്റിങ് കാർഡ് കൈയിൽ തന്നുകൊണ്ട് ആഗതൻ സ്വയം പരിചയപ്പെടുത്തി.

നഗരത്തിൽ ജ്വല്ലറി നടത്തുന്നു എങ്കിലും രത്നക്കല്ലുകളാണ് പ്രധാന ബിസിനസ്. കോഹിനൂറിൽനിന്നു കൊണ്ടുവരുന്ന ഒന്നാംകിട രത്നങ്ങളും ശ്രീലങ്കയിൽനിന്നും ഇറക്കുമതി ചെയ്യുന്ന രണ്ടാംകിട രത്നങ്ങളും ജ്വല്ലറിയിലെ ചില്ലുകൂട്ടിൽ അത്യധികം ഭംഗിയായി അലങ്കരിച്ചുവെച്ചിരിക്കുന്നു. മൗലികമായ 'കട്ടിങ്' ആണ് കല്ലുകളുടെ പ്രത്യേകത. ഏതു ദിശയിൽ നിന്നു നോക്കിയാലും അത് എടുത്തറിയും. 'ബ്ളൂ ജാക്കർ' എന്നറിയപ്പെടുന്ന വിശിഷ്ടവും വിലപിടിച്ചതുമായ രത്നം ഓർഡർ അനുസരിച്ച് വരുത്തി കൊടുക്കപ്പെടും.

"ഞാൻ വന്നത് ഒരു പ്രധാനകാര്യം പറയാനാണ്," പീറ്റർ പോളൂക്കാരൻ രണ്ടു കൈകളും കൂട്ടിപ്പിടിച്ചു. "ജ്യോത്സ്യന്മാരാണ് നമ്മുടെ ബിസിനസിന്റെ മെയിൻ ത്രെഡ്...."

രാമസുബ്രഹ്മണ്യന് കാര്യം പിടികിട്ടിയില്ല. മനസ്സിലാകാത്തതു പോലെ നോക്കിയപ്പോൾ അച്ചായൻ തുടർന്നു.

"ജാതകം നോക്കി രത്നം നിർദ്ദേശിക്കൽ ഇപ്പോൾ ഫാഷനായി വരികയാണ്... കൂട്ടത്തിൽ ആർക്കും നഷ്ടമില്ലാത്ത ഒരു വാക്ക്... എന്റെ. കടയിൽ ഒറിജിനൽ അവെയ്‌ലബിൾ ആണ് എന്നൊരു വാക്ക്... അത്രേ

വേണ്ടൂ....."

അച്ചായൻ ചുറ്റും ഒന്നു നോക്കി ശബ്ദം താഴ്ത്തി.

"താങ്കൾ മുഖാന്തരം വിറ്റുപോകുന്ന രത്നങ്ങളുടെ ഇരുപത് ശതമാനം കാശ് എല്ലാ മാസവും ഒന്നാം തീയതി ഞാനിവിടെ എത്തിച്ചിരിക്കും... പ്രോമിസ്...."

അയാൾ ആയിരത്തിന്റെ രണ്ടു പുതിയ നോട്ടുകൾ എടുത്ത് കൈയിൽ വെച്ചു.

"ഇതിരിക്കട്ടെ... ആദ്യമായി കണ്ടതല്ലേ..."

ഗ്രാമജ്യോത്സ്യനായിരുന്ന അപ്പാവിന്റെ മുഖം ഓർത്തപ്പോൾ കൈ പൊള്ളി. അപ്പാ ആർക്കെങ്കിലും രത്നം നിർദ്ദേശിച്ചിട്ടുള്ളതായി അറിവില്ല. ആ കാലത്തൊന്നും രത്നങ്ങൾക്ക് പ്രചാരവുമുണ്ടായിരുന്നില്ല. രത്നധാരണത്തെ പ്രതിപാദിക്കുന്ന ആധികാരിക ഗ്രന്ഥങ്ങളെക്കുറിച്ച് ഗുരുക്കന്മാരാരും പറഞ്ഞു കേട്ടിട്ടുമില്ല.

നോട്ട് തിരിച്ചേല്പിക്കുമ്പോൾ പറഞ്ഞു.

"ഞാൻ രത്നങ്ങൾ നിർദ്ദേശിക്കാറില്ല..."

"നിർദ്ദേശിക്കണം," പോളൂക്കാരൻ ഉപദേശ രൂപത്തിൽ മന്ത്രിച്ചു.

"അവർക്കേ പബ്ലിക് ഇമേജ് ഉള്ളു... അപ്റ്റുഡേറ്റ് അല്ലാത്തവരെ ജനം പെട്ടെന്ന് തള്ളിക്കളയും...."

വർത്തമാനകാലത്തെ എത്ര കൃത്യമായാണ് ഇവരെല്ലാം പഠിച്ചു വെച്ചിരിക്കുന്നത് എന്ന് രാമസുബ്രഹ്മണ്യൻ ആശ്ചര്യപ്പെട്ടു. മുറിക്കു പുറത്തു കടക്കുമ്പോൾ പോളൂക്കാരൻ ഓർമ്മിപ്പിച്ചു.

"ഇനിയും ജ്വല്ലറിക്കാർ താങ്കളെ കാണാൻ വരും... പക്ഷേ, ആദ്യം വന്നു കണ്ടത് ഞാനാണെന്ന കാര്യം മറക്കരുത്..."

ജ്വല്ലറിയിൽത്തന്നെ ജ്യോത്സ്യന്മാരെ പിടിച്ചിരുത്തി 'സൗജന്യ സേവനം' എന്നൊരു ബോർഡും വെക്കുന്ന പ്രവണത ഈയിടെയായി കണ്ടു തുടങ്ങിയിട്ടുണ്ടെന്ന് ഉണ്ണി പറഞ്ഞു. 'സൗജന്യ' ത്തിലാണ് ആളുകൾ വീഴുന്നത്. വീണാൽപ്പിന്നെ ബാക്കി ജ്യോത്സ്യൻ നോക്കിക്കൊള്ളും.

"Are you free now?"

വിശ്വനാഥന്റെ എസ് എം എസാണ്.

എങ്ങനെ തിരക്കു പറയും? വിശ്വനാഥൻ പുതിയ എന്തെങ്കിലും ഏല്പിച്ചാൽ രങ്കനാഥനോട് എന്തു സമാധാനം പറയും? വിച്ചുവിനോ രങ്കുവിനോ ആർക്കാണ് മുൻഗണന നല്കേണ്ടത്?

പെട്ടെന്ന് ദീപക് കരയാൻ തുടങ്ങി. വേദന കൂടിക്കാണും. അല്ലെങ്കിൽ മരുന്നിന് സമയമായിക്കാണും. അവന്റെ അരികിലേക്ക് ചെല്ലുമ്പോഴേക്കും വീണ്ടും എസ് എം എസ് ശബ്ദിച്ചു.

"want to discuss an important issue... Are you free now?"

കലി കടിച്ചമർത്തി.

"What do you want please?"

ഉടൻ വിശ്വനാഥന്റെ വിളി വന്നു.

"ഇന്നലെ മകളുടെ ജാതകം ചേരില്ലെന്നു പറഞ്ഞ കേസില്ലേ...?"

"അതെ..."

"അതു ചേരുമെന്ന് ഇവിടുത്തെ ജ്യോത്സ്യൻ പറയുന്നു...!"

താൻ പറഞ്ഞതു ചിലപ്പോൾ വിശ്വാസമായിട്ടുണ്ടാവില്ല. മറ്റേതെങ്കിലും ജ്യോത്സ്യനെ കാണിച്ചിരിക്കും. ആ അഭിപ്രായം രേഖപ്പെടുത്താനായിരിക്കും ഈ വിളി.

"അല്ല....," വിശ്വനാഥൻ സംശയം ചോദിച്ചു. "രണ്ടു ജ്യോത്സ്യന്മാർ എങ്ങനെയാണ് രണ്ട് വ്യത്യസ്ത അഭിപ്രായങ്ങൾ പറയുന്നത്? ദേശങ്ങൾ മാറുമ്പോൾ പ്രമാണങ്ങളും മാറുമോ?"

പ്രമാണങ്ങൾ പലതുണ്ട്. ഏത് എപ്പോൾ എവിടെ പ്രയോഗിക്കണം എന്നാണ് ജ്യോതിഷി അറിഞ്ഞിരിക്കേണ്ടത്. പിഴവുകൾ ശാസ്ത്രത്തിന്റെ പരാധീനതയല്ല. കൈകാര്യം ചെയ്യുന്നവന്റെ കുഴപ്പമാണ്. പറഞ്ഞാൽ വിശ്വനാഥന് മനസ്സിലാവുമോ? ഫോണിലൂടെ വിശ്വസിപ്പിക്കാൻ കഴിയുമോ? നേരിട്ടൊരു സംവാദമാണെങ്കിൽ ദീർഘമായി സംസാരിക്കാം.

"നല്ലത് വിശ്വനാഥൻ.... അവിടത്തെ ജ്യോത്സ്യൻ അങ്ങനെ പറഞ്ഞുവെങ്കിൽ അതുപോലെ ചെയ്യുക...."

ആ പറഞ്ഞത് അയാൾക്ക് ഇഷ്ടമായില്ല എന്നു തോന്നി.

"അപ്പൊ താൻ പറഞ്ഞതോ?"

" ഞാൻ പഠിച്ച കാര്യങ്ങളാണ് ഞാൻ പറഞ്ഞത്... ഗുരുക്കന്മാർ എന്നെ പഠിപ്പിച്ച കാര്യങ്ങൾ... ആചാര്യന്മാർ ഗ്രന്ഥങ്ങളിൽ പറഞ്ഞു വെച്ച കാര്യങ്ങൾ..." രാമസുബ്രഹ്മണ്യൻ ഒന്നു നിർത്തി. "അതാണ് സത്യമെങ്കിൽ ഇപ്പോഴും ഞാൻ പറയുന്നു... ആ ജാതകങ്ങൾ ചേർക്കാൻ പാടില്ല."

"ഇറ്റീസ് യുവർ വ്യൂ," വിശ്വനാഥൻ തർക്കിച്ചു. "നാളെ അവരുടെ എൻഗേജ്മെന്റാണ്..."

"നല്ലത്... അവർ വേർപിരിയാതിരിക്കാനും തമ്മിൽ തല്ലാതെ ജീവിക്കാനും സന്താന സൗഭാഗ്യങ്ങളോടെ വാഴാനും നമുക്ക് പ്രാർത്ഥിക്കാം."

"ഗുഡ്നൈറ്റ്..."

"ഗുഡ്നൈറ്റ്..."

ഒന്നാകാൻ പോകുന്ന ആ യുവത്വങ്ങളെ ഓർത്ത് ദുഃഖം തോന്നി. ഏതു ജ്യോത്സ്യനായിരിക്കാം ആ ജാതകങ്ങൾ ചേർത്തത്? എന്തിന്റെ അടിസ്ഥാനത്തിലായിരിക്കാം ചേർത്തത്? ഏത് ഗ്രന്ഥത്തിലെ ഏതു ശ്ലോകത്തിലായിരിക്കാം ആചാര്യൻ അവരോടു ചേരാൻ പറഞ്ഞത്?

പ്രമാണങ്ങൾ മാത്രം നോക്കിപ്പോയാൽ ചിലപ്പോൾ പിഴവുകൾ പറ്റുന്നു. പ്രായോഗികത ചിലപ്പോഴെങ്കിലും പ്രമാണങ്ങൾക്ക് വഴി മാറുന്നതായി കാണുന്നു. വിശ്വനാഥന്റെ മകൾക്കു വേണ്ടി ദൈവമേ, പ്രമാണങ്ങൾ വഴി മാറട്ടെ.

വിദേശയാത്രയുടെ സമയം അറിയാൻ രങ്കനാഥൻ വീണ്ടും വിളിച്ചു. ഇനി എന്ത് ഒഴിവു കഴിവുകൾ പറയും? എങ്ങനെ കുറച്ചു കൂടി സമയം

ആവശ്യപ്പെടും? പോളൂക്കാരനും വിശ്വനാഥനും തന്റെ സമയമത്രയും അപഹരിച്ചെന്നു പറഞ്ഞാൽ രങ്കനാഥൻ നമ്പുമോ?

“ടെൽ മി.... ഹൗ ഈസ് ദ ടൈം നൗ?”

രങ്കനാഥൻ അക്ഷമനായി.

“ഫേവറബിൾ ടൈമാണ്,” രാമസുബ്രഹ്മണ്യന്റെ നാവിൽ ഇതാദ്യമായി പാപക്കറ വീണു. “യു കേൻ പ്രൊസീഡ് വിത് യുവർ ട്രാവൽ....”

“താങ്ക് യൂ രാമൂ....”

കൈയിൽ നീറ്റലും എരടിപ്പൊട്ടിയ ഭാഗത്ത് ഒരു കിരുകിരുപ്പും അസ്വസ്ഥപ്പെടുത്തുന്നുണ്ടെന്ന് ദീപക് കരച്ചിൽ തുടങ്ങി. മുറിവ് ഉണക്കം പിടിക്കുന്നതിന്റെ സൂചനയാണെന്ന് സമാധാനിപ്പിച്ചപ്പോൾ അവൻ വഴങ്ങിയില്ല. മുറിവുണങ്ങി ബാൻഡേജ് അഴിച്ചു കഴിഞ്ഞാൽ ഒരു ഡി എസ് എൽ ആർ ക്യാമറ വേണമെന്ന് വേദനയ്ക്കിടയിലും വ്യവസ്ഥ വെച്ചു. മുറിവുണങ്ങേണ്ടത് ആരുടെ ആവശ്യമാണ്... എന്റെയോ നിന്റെയോ?

പ്ലസ് ടൂ കഴിഞ്ഞാൽ മകനെ ഏതു വിഷയത്തിലേക്കു വഴിതിരിച്ചു വിടണമെന്നറിയാൻ കൊച്ചിയിൽനിന്നും സുചിത്ര വിളിച്ചു. നേരം വല്ലാതെ വൈകിയിരുന്നു. നാവിൽ വീണ്ടും പാപക്കറ വീഴാതിരിക്കാൻ ഫോണെടുത്തില്ല. മൂന്നു നാലു തവണ അടിച്ചു. എടുത്തില്ല.

ഫോണിലൂടെയുള്ള ജ്യോതിഷഫല പ്രവചനം വ്യക്തി ജീവിതത്തെ ബാധിക്കുമെന്ന് അനുഭവാടിസ്ഥാനത്തിൽ മണികണ്ഠൻ പറഞ്ഞു. വിളിക്കുന്നവർ സുഹൃത്തുക്കളും ബന്ധുക്കളുമൊക്കെയായിരിക്കും. അവർക്ക് രാത്രിയെന്നോ പകലെന്നോ ഇല്ല. അവരുടെ കാര്യം അറിഞ്ഞാൽ മതി. ഇടയിൽ മുറിഞ്ഞു പോവുന്നത് സുതാര്യമായ നമ്മുടെ നിമിഷങ്ങളാണ്. അതിനാൽ “ജ്യോതിഷഫലം ഫോണിൽ ലഭ്യമല്ല” എന്നൊരു അറിയിപ്പും മണികണ്ഠൻ തന്റെ ബോർഡിൽ എഴുതിച്ചേർത്തിട്ടുണ്ടത്രെ. തനിക്കും ഇനി അതു വേണ്ടിവന്നേക്കുമെന്ന് രാമസുബ്രഹ്മണ്യന് തോന്നി.

ലൈറ്റണച്ച് കിടന്ന് അല്പം കഴിഞ്ഞപ്പോൾ നിനച്ചിരിക്കാതെ ഒരു മഴ പെയ്തു. ശക്തമായ കിഴക്കൻ മഴ. പെട്ടെന്ന് അത് വളർന്നു. കാറ്റിന്റെ പ്രചണ്ഡതയും ചേർന്നപ്പോൾ മഴ ഭയപ്പെടുത്തുന്ന ഓർമ്മയായി. പ്രഭാതമാവുമ്പോഴേക്കും മഴയിൽ ഭൂമി പിളർന്നു. പ്രളയത്തിനു മുകളിൽ അനേകം ജാതകങ്ങൾ ഒഴുകി നടന്നു.

ഏതോ ഒരു ജാതകം വഴി തെറ്റി വന്ന് രാമസുബ്രഹ്മണ്യന്റെ ചുണ്ടിൽ തൊട്ടു.

ഒരു ചിങ്ങലഗ്നക്കാരന്റെ ജന്മപത്രിക.

എന്നെ വായിക്കൂ, എന്റെ ജീവിതം പ്രവചിക്കൂ എന്ന് അത് ജലപ്പരപ്പിൽ തേങ്ങി.

മരണഹോര

"**ഞാ**ൻ എപ്പോഴാണ് മരിക്കുക?"

ചോദ്യം കേട്ട് രാവുണ്ണിപ്പണിക്കർ ഒന്നുഞെട്ടി.

മുന്നിലിരിക്കുന്നത് തന്റെ മകന്റെ പ്രായമുള്ള പൊടിമീശക്കാരൻ പയ്യനാണ്.

ഇരുപതു വയസ്സുപോലും തികയാത്ത അവന് ഇങ്ങനെ ചോദിക്കാമായിരുന്നു: "എന്റെ ജീവിതം ഞാൻ എപ്പോഴാണ് ജീവിച്ചു തീർക്കുക?"

ഒരുപക്ഷേ, ജീവിതവിരക്തിയായിരിക്കാം അവനെക്കൊണ്ട് ഇങ്ങനെ ചോദിപ്പിച്ചതെന്ന് പണിക്കർ എണ്ണി. അല്ലെങ്കിൽ അവനറിയാതെ അവനിൽ ഉടലെടുത്ത ത്രികാലജ്ഞാനമായിരിക്കാം.

പയ്യൻ ചോദ്യമാവർത്തിച്ചപ്പോൾ പണിക്കർ ഉണർന്നു. അവന് പെട്ടെന്ന് ഒരുത്തരം വേണ്ടതുണ്ടെന്നും അതിനുശേഷം എവിടെയോ യാത്ര ചെയ്തുതീർക്കാനുണ്ടെന്നും പണിക്കർ നിരൂപിച്ചു.

ഹോരാശാസ്ത്രത്തിലെ മരണപ്രകരണത്തിൽ എന്താണ് പറഞ്ഞിട്ടുള്ളത്?

മരണപ്രായം, മരണകാരണം, മരണപ്രദേശം, മരണരീതി, മരണസ്വഭാവം, മരണയോഗം, മരണദ്രേക്കാണം, മരണദശ, മരണഭുക്തി, മരണഛിദ്രം, മരണഹോര എന്നിങ്ങനെ എല്ലാം ഇഴപിരിച്ച് വിശദമാക്കുന്ന അദ്ധ്യായത്തിൽ പണിക്കർ മനസ്സു പൂഴ്ത്തി. അവന്റെ ജാതകത്തെയും നിവർത്തിവച്ചു.

അപ്പോഴേക്കും പയ്യൻ അക്ഷമനായിത്തുടങ്ങിയിരുന്നു. ജീപ്പിലും കാൽനടയായും അനേകദൂരം സഞ്ചരിച്ച് നടുരാത്രിക്കു മുമ്പ് അവന് ഒരു ഫ്ളാറ്റിന്റെ സ്വകാര്യത്തിൽ എത്തണമായിരുന്നു. അവിടെ കുറച്ചുപേർ അവന്റെ വരവും കാത്ത് ഇരിപ്പുണ്ടായിരുന്നു.

ഉച്ചയ്ക്ക് തുണിമണികളും ചില പുസ്തകങ്ങളും കെട്ടിപ്പെറുക്കുന്നതു കണ്ടപ്പോൾ അമ്മയുടെ ഇടനെഞ്ചുപൊട്ടി.

"പിന്നേം തൊടങ്ങിയോ നീ?"

അമ്മയുടെ രോദനം കേട്ട് അനുജത്തി ഓടിയെത്തി.

"ഈ പണി വേണ്ട ചേട്ടാ..."

അപ്പോൾ മാത്രം അവൻ ചുണ്ടനക്കി.

"ഏത്?"

അവന്റെ ശബ്ദം വല്ലാതെ കലുഷമായിരുന്നു. അതിൽ തന്നോടുതന്നെയുള്ള നിഷേധമോ കാലത്തോടുള്ള കലിയോ പ്രകടപ്പെട്ടു കിടന്നു.

"എന്റെ കാര്യം പോട്ടെ...," അമ്മ കരഞ്ഞു, "കല്യാണം കഴിയാത്ത ഒരു പെങ്ങളാ ഇവള്. നീ ഇങ്ങനെ നടന്നാൽ ആരന്വേഷിച്ചുവരും?"

ആ നിമിഷത്തിൽ അവൻ തളർന്നു പോയി. പാത്തും പതുങ്ങിയുമുള്ള ഈ നടപ്പും ഒളിപ്രവർത്തനവും നിമിത്തം അനുജത്തി അനാഥയായിപ്പോവുന്നത് അവന് ആലോചിക്കാൻ വയ്യായിരുന്നു.

പ്രതികരണമേതുമില്ലാതെ അവൻ നില്ക്കുന്നതുകണ്ട് അമ്മ അരികത്തുവരികയും അവന്റെ കൈയിൽനിന്ന് പതുക്കെ ബാഗ് വാങ്ങുകയും യാത്രയിൽനിന്ന് അവനെ പിന്തിരിപ്പിക്കാൻ ശ്രമിക്കുകയും ചെയ്തു. പെട്ടെന്ന് അവന്റെ പോക്കറ്റിൽ മൊബൈൽ ശബ്ദിച്ചു. ആരോടോ സ്വകാര്യത്തിൽ സംസാരിച്ച അവൻ പെട്ടെന്ന് അമ്മയുടെ കൈയിൽനിന്ന് ബാഗ് വാങ്ങുകയും പോകാൻ ധൃതിപ്പെടുകയും ചെയ്തു. ഇത് അവന്റെ അവസാനത്തെ പോക്കായിരിക്കുമെന്ന് എന്തോ ഒരുൾവിളിയാൽ അമ്മയ്ക്ക് തോന്നി. ഇനിയൊരിക്കലും അവൻ തിരിച്ചുവന്നേക്കില്ലെന്ന് മനസ്സ് മന്ത്രിച്ചു. പത്തുമാസം അവൻ ചുരണ്ടുകൂടി കിടന്ന നാഭിപ്രദേശം അവർ ഒന്നു തൊട്ടു നോക്കി.

കരഞ്ഞുകൊണ്ട് അമ്മ കേണു.

"പോണ വഴിക്ക് ആ രാവുണ്ണിപ്പണിക്കരെ ഒന്നു കാണ്... നിന്റെ ചാവ് എന്നായിരിക്കുമെന്ന് ചോദിക്ക്... അതറിഞ്ഞശേഷം ഞങ്ങൾക്കും ഇത്തിരി വെഷം വാങ്ങിത്താ..."

അമ്മ അവന്റെ ജാതകമെടുത്തുകൊണ്ടുവന്ന് പോക്കറ്റിലിട്ടു.

ദേശത്തെ ദിവ്യനായ ജ്യോതിഷനായിരുന്നു രാവുണ്ണിപ്പണിക്കർ. അവന് പക്ഷേ, ആ ശാസ്ത്രത്തിൽ വിശ്വാസമില്ലായിരുന്നു. പണിക്കരുടെ വീട്ടുമുറ്റത്തുകൂടെ ധൃതി വച്ച് നടന്നു പോകുമ്പോൾ അവന്റെ ഉള്ളിൽ ഒരു ആന്തൽ... അമ്മയുടെ തേങ്ങലും അനുജത്തിയുടെ വരുംകാലവും...

അവൻ ഒന്നുനിന്നു. പണിക്കരുടെ ബോർഡിൽ കണ്ണുനട്ടു. ഒരു പ്രലോഭനം ആ നേരം അവനെ വിഴുങ്ങി. മുന്നോട്ടു വച്ച കാൽ പതുക്കെ പണിക്കരുടെ വീട്ടിലേക്ക്.

മരണപ്രകരണം അദ്ധ്യായത്തിലെ വിശദാംശങ്ങൾ കാര്യകാരണേണ വ്യക്തമാക്കിയെങ്കിലും എന്തോ ഒരു വിമ്മിട്ടം പണിക്കരെ തടസ്സപ്പെടുത്തുന്നതു പോലെ തോന്നി. പറഞ്ഞതിനേക്കാൾ പറയാൻ ബാക്കിയുള്ള

സംഗതികൾ അദ്ദേഹത്തെ വ്യാകുലപ്പെടുത്തി. ഒരു ശ്വാസംമുട്ട് മുഖത്ത് പ്രകടമായി.

"പറയൂ... എന്നായിരിക്കും എന്റെ മരണം?"

പാതി എഴുന്നേറ്റുകൊണ്ട് അവൻ ചോദിച്ചു.

"മരണത്തെക്കുറിച്ച് ആചാര്യൻ പറഞ്ഞുവച്ചതെല്ലാം ഞാൻ വിശദീകരിച്ചുകഴിഞ്ഞു", പണിക്കർ കണ്ണടയൂരി. "ഇനി കൃത്യദിവസവും കൃത്യഹോരയും അറിയണമെങ്കിൽ..."

പെട്ടെന്ന് ആയുധധാരികളായ നാലഞ്ചു ചെറുപ്പക്കാർ പണിക്കരുടെ മുറിയിലേക്ക് ഇരച്ചുകയറി. അവരെ കണ്ടതും അവൻ ചാടിയെഴുന്നേറ്റു. ഓടി രക്ഷപ്പെടാൻ ശ്രമിച്ചെങ്കിലും അവരുടെ കൈപ്പിടിയിൽനിന്നും അവന് കുതറിമാറാൻ കഴിഞ്ഞില്ല.

രണ്ടുപേർ അവനെ ബലം പ്രയോഗിച്ച് പിടിച്ചുനിർത്തി. മറ്റു രണ്ടുപേർ അവന്റെ മർമ്മങ്ങളെല്ലാം അരിഞ്ഞു വീഴ്ത്തി. പ്രാണിനിലവിളികേട്ട് പണിക്കർ നിന്നു വിറച്ചു. അവന്റെ ചോര രാശിപ്പലകയിലും നവഗ്രഹങ്ങളിലും തെറിച്ചു വീണു.

ചിണ്ടു

ചാറ്റിങ്, ഡേ നൈറ്റ് റോമിങ്, കോ ലിവിങ്...

ഈ മൂന്നുഘട്ടങ്ങളും കഴിഞ്ഞല്ലാതെ കല്യാണത്തിന് കഴുത്ത് നീട്ടിത്തരില്ലെന്ന് ശബരീനാഥ്. ആദ്യം പറഞ്ഞതിന്റെ അർത്ഥം അച്ഛന് പിടികിട്ടി. മറ്റു രണ്ടെണ്ണത്തിന്റേത് 'ഗൂഗിൾ സെർച്ചി' ൽ അഭിരമിച്ച് അദ്ദേഹം കണ്ടെത്തി. പിറ്റേന്ന് അച്ഛൻ മുന്നോട്ടു വച്ച സംശയം ഇതായിരുന്നു: "ഏതെങ്കിലും പെൺകുട്ടികൾ ഇതിന് തയ്യാറാവുമോ?"

തയ്യാറുള്ള യുവതികൾ നഗരത്തിലുണ്ടായിരുന്നു. അവരും ശബരിയെപ്പോലെ ഈ മൂന്നുഘട്ടങ്ങളിൽ വിശ്വസിച്ചു. ചിലർ ആദ്യസ്റ്റേജിൽത്തന്നെ അഭിപ്രായവ്യത്യാസം പറഞ്ഞ് വാപ്പസായി. ചിലർ രണ്ടാം ഘട്ടം വരെ പിടിച്ചുനിന്നു. ഒരുവൾമാത്രം മൂന്നു കടമ്പയും വിജയകരമായി കടന്ന് വിവാഹം എന്ന ഫൈനൽ പരീക്ഷയ്ക്ക് തയ്യാറെടുത്തു. ശബരി അച്ഛന് പച്ചക്കൊടി കാട്ടി.

ആ ഞായറാഴ്ച പെണ്ണും പെണ്ണുവീട്ടുകാരും കുശലം പറയാൻ ശബരിയുടെ വീട്ടിൽ വന്നെത്തി. വിവാഹത്തിനുമുൻപുള്ള അനൗദ്യോഗിക സന്ദർശനം. അവർക്ക് വീട് പിടിച്ചു, വീട്ടുകാരേയും. മുഹൂർത്തനാളിനെക്കുറിച്ച് ആലോചിക്കുന്ന സമയമെത്തിയപ്പോൾ തൊന്തരവ് പോലെ 'പഗ്ഗ്' ഇനത്തിൽപ്പെട്ട ഒരു നായ കിടപ്പുമുറിയിൽനിന്ന് പ്രത്യക്ഷപ്പെടുകയും വീട്ടിനുള്ളിൽ ഓടിനടന്ന് അവരുടെ ശ്രദ്ധ തെറ്റിക്കുകയും ചെയ്തു. ഇടയ്ക്ക് കസേരയിൽ ചാടി ഇരുന്നു. വീണ്ടും കിടപ്പുമുറിയിൽ കട്ടിലിനടിയിൽ ഒളിച്ചു.

ഫൈനൽ പരീക്ഷയെ സമീപിക്കുന്നവൾക്ക് അത് അരോചകമായി തോന്നി. അകത്ത് നായവളരുന്ന വീട്ടിൽ അസുഖകരമായ ഒരു ഗന്ധം തങ്ങിനില്ക്കുമെന്ന് അവൾ ആശങ്ക പങ്കുവെച്ചു. മനംപുരട്ടലാണത്. ചിലപ്പോൾ ഞാൻ ഛർദ്ദിച്ചേക്കും.

ചിണ്ടുവിനെ റെക്സോണ ഉപയോഗിച്ചാണ് രണ്ടുനേരം കുളിപ്പിക്കുന്നതെന്ന് ശബരിയുടെ അമ്മ. എല്ലാ കാര്യങ്ങളിലും ആള് 'ഡിസിപ്ലിൻഡ്' ആണെന്ന് അച്ഛൻ. വീട്ടിനുള്ളിൽ ഒരു തുള്ളിപോലും മൂത്രമൊഴിക്കില്ല. ശബരിയോടൊപ്പം എ സി മുറിയിലാണ് കിടത്തം. ടി വിയിൽ സംഘട്ടന രംഗങ്ങൾ വരുമ്പോൾ മാത്രമാണ് നീട്ടിയുള്ള ഒരു കുര. വിവാഹം കഴിഞ്ഞ് വീട്ടിലേക്കുവന്നാൽ മോൾക്കത് മനസ്സിലാവും.

"എന്തോ, എനിക്കിത് ഡൈജസ്റ്റ് ആവുന്നില്ല." അവൾ മനസ്സ് തുറന്നു. "ഇക്കാര്യം നേരത്തേ അറിഞ്ഞിരുന്നെങ്കിൽ... ഞാൻ.."

അങ്ങനെ മൂന്നു പരീക്ഷയും വിജയകരമായി പാസായെങ്കിലും ചിണ്ടുവിന്റെ കാരണംപറഞ്ഞ് അവൾ കല്യാണത്തിൽനിന്ന് പിന്മാറി.

അറബിനാട്ടിൽ പിറന്ന അസാമാന്യ ബുദ്ധിവൈഭവമുള്ള നായയായിരുന്നു ചിണ്ടു. മോഹവില കൊടുത്ത് വാങ്ങാൻ കാരണം ശബരിയുടെ വാശിയും നിർബ്ബന്ധവും. 'ഹച്ചി' ന്റെ പരസ്യം വന്നനാൾ തൊട്ട് അവൻ ശ്രദ്ധിക്കുന്നതാണ് മുഖം ചതഞ്ഞ ഈ ഇനത്തെ. ആഗോളമാന്ദ്യം പ്രമാണിച്ച് ദുബായ് വിടുമ്പോഴേക്കും ചിണ്ടു കുടുംബത്തിലെ അംഗമായിക്കഴിഞ്ഞിരുന്നു. അതിനാൽ മരുഭൂമിയിൽ ഉപേക്ഷിക്കപ്പെടാതെ അവൻ ദൈവത്തിന്റെ സ്വന്തം നാട്ടിലെത്തി.

നിത്യവും രാവിലെ മുറ്റത്ത് പത്രം വീഴുമ്പോൾ ചുണ്ടുകൾക്കിടയിലമർത്തി മടക്കുകളയാതെ എടുത്തു കൊണ്ടുവരും. ചെടികൾക്ക് വെള്ളം നനയ്ക്കുമ്പോൾ സഹായത്തിനെന്നപോലെ തൊട്ടുപിന്നിൽ നില്ക്കും. സ്നേഹത്തിന്റെയും അച്ചടക്കത്തിന്റെയും സമാനതകളില്ലാത്ത പര്യായം. ഇപ്പോൾ ആ ചിണ്ടുവാണ് വിവാഹം മുടക്കിയായി മുന്നിൽ നില്ക്കുന്നത്.

"നല്ല കുട്ട്യായിരുന്നു...," അമ്മ സങ്കടപ്പെട്ടു. "എടുപ്പുള്ള മൂക്കും കണ്ണും..."

ശബരിയും അതേ അഭിപ്രായക്കാരനായിരുന്നു. മാത്രമല്ല ശരീര അളവുകളും കൃത്യമായിരുന്നു. കോ ലിവിങ് സമയത്ത് അത് ബോധ്യപ്പെട്ടതാണ്.

"പഠിച്ച കുട്ടി... നല്ല കുടുംബം," അച്ഛൻ ആധി പങ്കുവച്ചു. "ഇനി..."

ശബരി ആകെ അസ്വസ്ഥനായി. ആലോചനയിൽ ഉരുണ്ട് രാത്രി വെളുപ്പിച്ചു.

പിറ്റേന്ന് അവൻ ചിണ്ടുവിനെ പിടിച്ച് മടിയിലിരുത്തി. കഴുത്തിലും ചെവിയിലും രോമമില്ലാത്ത അതിന്റെ പള്ളയിലും വാത്സല്യത്തോടെ തലോടി. ഇക്കിളിപ്പെടുത്തി. പുതിയ കമ്പനിയിൽ ചേർന്നതിനുശേഷം അവന് ഇതിനൊന്നും സമയം കിട്ടിയിരുന്നില്ല. അതിനാലാവണം പെട്ടെന്ന് ഇതെന്തേ ഇങ്ങനെ എന്ന് ചിണ്ടു ആശ്ചര്യപ്പെട്ടിരിക്കണം. കണ്ടു നിന്ന അച്ഛനും അമ്മയ്ക്കും അതിശയമായി.

കാറിൽ കയറാൻ ഭയപ്പെടാറുള്ള ചിണ്ടുവിനെ അവന്റെ പ്രിയപ്പെട്ട 'ഓറഞ്ച് മാരി' മണപ്പിച്ച് ശബരി പതുക്കെ കാറിനകത്തേക്ക് കയറ്റി.

ഉറവിടം

അതികാലത്ത് ആരും അങ്ങനെ വിളിക്കാറ് പതിവില്ല. എന്തെങ്കിലും ആവശ്യത്തിന് ഭാഗ്യലക്ഷ്മി അലാറം വെച്ചതായിരിക്കാം എന്നു നിരൂപിക്കാനേ തരമുള്ളൂ. തുടർച്ചയായി 'ഹരിവരാസനം' മുഴങ്ങിയപ്പോൾ കിടന്ന കിടപ്പിൽ സാംസങ് ജെ 5 കൈയിലെടുത്തു. Badar എന്ന അഞ്ചക്ഷരം സ്ക്രീനിൽ തെളിഞ്ഞു.

"പറയൂ ബദർ എന്താ ഇത്ര നേരത്തെ?"

"നീയൊന്നു വേഗം വാ..."

"ഇപ്പഴോ...?"

"യെസ്... വേഗം..."

ഇവിടെനിന്നും രണ്ടു കിലോമീറ്ററേയുള്ളു ബദറിന്റെ മുംതാസ് മൻസിലിലേക്ക്. പതിനാറു കൊല്ലമായി ഒരേ കമ്പനിയിൽ പ്രവർത്തിക്കുന്ന സഹപ്രവർത്തകർ, അടുത്ത ചങ്ങാതിമാർ... വിഷയം അതൊന്നുമല്ല. അതികാലത്തുള്ള ഈ വിളി?

"എല്ലാം നേരിൽ പറയാം... നീ വാ..."

"ഒരു ഹിന്റ് താ..."

ബദറിന്റെ ശബ്ദത്തിലെ അണപ്പ് ഫോണിലൂടെ കേൾക്കാം.

"നമ്മുടെ റിഗ്ഗു..."

"റിഗ്ഗൂനെന്തു പറ്റി?"

മറുപടിയായി ബദർ ഒന്നു തേങ്ങിയോ?

റിഗ്ഗു എന്ന് സ്നേഹപ്പേരുള്ള ഫൈസി ബദറുദ്ദീന്റെ ഇളയ മോൾ. മൂത്തവൾ നിക്കാഹ് കഴിഞ്ഞ് ഖത്തറിൽ. എഞ്ചിനീയറിങ് രണ്ടാം വർഷത്തിന് പഠിക്കുന്ന ഫൈസി ആരുടെ കണ്ണുകളെയും ആകർഷിക്കാൻ കഴിവുള്ള പതിനെട്ടഴകി. ഒരിക്കൽ പരിചയപ്പെട്ടാൽ ആരും ഓർമ്മയിൽ

സൂക്ഷിക്കുന്ന ചൊടിയുള്ള മിടുക്കി. അവനവനെ നോക്കാൻ കെല്പും ബുദ്ധിയും വാക്സാമർത്ഥ്യവും ഫേസ്ബുക്കിൽ അക്കൗണ്ടുമില്ലാത്ത ഒരു ഗോതമ്പുനിറക്കാരി.

"അവൾക്കെന്തു പറ്റി?"

ബദറുദ്ദീന്റെ അനിയൻ ഷക്കീറാണ് അതിന് സമാധാനം പറഞ്ഞത്.

"കാലത്ത് നാല് മണിക്കെണീറ്റ ഇക്ക ഫൈസീടെ മുറീല് ലൈറ്റ് കത്തണ കണ്ട് ചെന്ന് നോക്കുമ്പോ..." ഷക്കീറിന്റെ ശബ്ദത്തിലും ഇപ്പോൾ മിന്നൽ വീണു. "മുറീല് ഫൈസീല്ല..."

ഒരു നിമിഷം കല്യാണരാമനും തൊണ്ടവെള്ളം വറ്റി.

"ബദറിന് എന്തെങ്കിലും സംശയം?"

"ഇക്ക അന്തോം കുന്തോംല്ലാണ്ടിരിക്ക്യാണ്..."

ഒരു പ്രണയസാദ്ധ്യതയാണ് പെട്ടെന്ന് മനസ്സിൽ കനലാട്ടം നടത്തിയത്. പ്രായം കൂടി പരിഗണിക്കുമ്പോൾ അതിനുള്ള സാദ്ധ്യതയാണേറെ. പ്രകാശപൂർണ്ണമായ ഒരു ഭാവി മുന്നിലുള്ളപ്പോൾ അത് മറന്ന് ഒരൊളിച്ചോട്ടം നടത്താൻമാത്രം അപക്വമതിയല്ല പക്ഷേ, തന്റെ അറിവിൽ ഫൈസി.

അപ്പോഴേക്കും ഭാഗി അരികിൽ വന്ന് ഒരു കോട്ടുവായിലൂടെ തന്റെ എഴുന്നേല്പറിയിച്ചു. ഫോൺ സംഭാഷണങ്ങളത്രയും ശ്രദ്ധിച്ചിട്ടെന്നപോലെ പറഞ്ഞു.

"അല്ലെങ്കിലും എനിക്ക് ചെറിയൊരു സംശയമുണ്ടായിരുന്നു..."

"എന്ത് സംശയം?"

"ആ കുട്ടീടെ പെരുമാറ്റത്തിലും മറ്റും എന്തോ ഒരു പന്തികേട്..."

"എന്നു മുതൽ?"

"ഈയടുത്ത്..."

ഭാഗി സംശയിക്കുന്നതുപോലെ എന്തെങ്കിലും പന്തികേടുള്ള കുട്ടിയാണ് ഫൈസി എന്നു വിശ്വസിക്കാൻ കല്യാണരാമൻ ഒരുക്കമായിരുന്നില്ല. കുഞ്ഞുന്നാൾ തൊട്ടേ അറിയാം. ഒരേ കമ്പനിയിൽ പണിയെടുക്കുന്ന മെഡിക്കൽ റെപ്പുമാരായതിനാൽ മാസത്തിലൊരിക്കൽ അങ്ങോട്ടുമിങ്ങോട്ടും വീടു സന്ദർശനമുണ്ട്. കുട്ടികളുടെ പിറന്നാളുകൾ ഹോട്ടലുകളിൽ ആഘോഷിക്കാറുണ്ട്. ഓണത്തിന് ബദറും കുടുംബവും ഇങ്ങോട്ടു വരും. പെരുന്നാളിന് അങ്ങോട്ടു പോവും. മതമൈത്രിയുടെ ഉത്തമ ഉദാഹരണമാണ് ഈ കുടുംബങ്ങൾ എന്നുവരെ പ്രതാപനൊരിക്കൽ കുടുംബസംഗമത്തിൽ പ്രസംഗിച്ചത് ഓർമ്മയുണ്ട്.

വെജിറ്റേറിയൻ ഭക്ഷണത്തോടാണ് പൊതുവേ ഫൈസിക്ക് പ്രിയം. കല്യാണരാമനും ഭാഗ്യലക്ഷ്മിയും മുട്ടപോലും കഴിക്കാത്ത സസ്യഭുക്കുകളാണെങ്കിലും അവരുടെ മകൻ അഭിഷേക് അത്യാവശ്യം കോഴി കഴിക്കും. മുംതാസ് കോഴി ബിരിയാണിയുണ്ടാക്കുമ്പോൾ ചെറിയൊരു കാസറോൾ പെട്ടിയിൽ അഭിക്ക് വേണ്ടത് കൊടുത്തയക്കും. അതു കഴിച്ചാൽ നന്നായി വായ കഴുകണം എന്നതു മാത്രമാണ് കല്യാണരാമൻ

വെച്ച വ്യവസ്ഥ. അത്തരം ദിവസങ്ങളിൽ ഭാഗി അവനെ കൂടെ കിടത്തു കയുമില്ല.

ഫൈസിക്ക് മുരിങ്ങയില വിതറിയ അടയും അമ്മിണിക്കൊഴുക്കട്ടയും വലിയ ഇഷ്ടം. ചില ഒഴിവുദിനങ്ങൾ അതുണ്ടാക്കിത്തരാൻ ആജ്ഞാ സ്വരത്തിൽ ഭാഗിയോടാവശ്യപ്പെടുന്നത് കേട്ടിട്ടുണ്ട്.

“നെയ്യും ചന്ദനത്തിരിയും മണക്കുന്ന വീട്...”

ഒരു കർക്കടകമാസം സന്ധ്യക്ക് വീട്ടിൽ വന്നപ്പോൾ ശീഭൂതി വെച്ചതു കണ്ട് ഫൈസി പറഞ്ഞു. മൂക്കുകൊണ്ട് മണം പിടിക്കുന്നതു കണ്ടപ്പോൾ വിശുദ്ധമായ ഇടങ്ങൾ അവളിഷ്ടപ്പെടുന്നതുപോലെ തോന്നി. ഓർക്കൂട്ടിലും പിന്നെ ഫേസ്ബുക്കിലും അക്കൗണ്ട് തുടങ്ങിയ കാലത്ത് അഭിഷേക് അവളെ ക്ഷണിച്ചെങ്കിലും അതിലേക്ക് താനില്ല എന്നത് അവളുടെ ഉറച്ച തീരുമാനമായിരുന്നു. സാമൂഹ്യ മാധ്യമങ്ങളിൽ പതിയിരിക്കുന്ന വിപത്തുകളെക്കുറിച്ച് ഇപ്രായത്തിൽത്തന്നെ അവളറിഞ്ഞിരുന്നുവോ? പ്രായത്തിൽ കവിഞ്ഞ ഒരു പക്വത അവളിൽ കുടികൊള്ളുന്നതായി കല്യാണരാമൻ അന്നേ തിരിച്ചറിഞ്ഞു. ഇത്രയും ജാഗ്രത്തായി നീങ്ങുന്ന ഫൈസിയെക്കുറിച്ചാണ് ഇപ്പോൾ ഭാഗിയുടെ വക ഈ കമന്റ്.

“എല്ലാ പെണ്ണുങ്ങളേയും പോലെ നീയും..”

“ആ കുട്ടിയെക്കുറിച്ച് എനിക്ക് വെറുതെ പറയേണ്ട കാര്യമെന്താ?”

എവിടുന്നെങ്കിലും എന്തെങ്കിലും തീപ്പൊരി കിട്ടിക്കാണും. അതെന്താണെന്ന് വിസ്തരിക്കേണ്ട സമയം ഇതല്ല.

“നിങ്ങളൊന്ന് വേഗം വരിൻ അണ്ണാ...”

ഷക്കീർ അക്ഷമനായിത്തുടങ്ങി. സുഹൃത്തിനെ വിളിച്ച് സംസാരിക്കേണ്ട ബാദ്ധ്യത ഷക്കീറിനെ ഏല്പിക്കണമെങ്കിൽ ബദറിന്റെ ആണിക്കല്ല് ഇളകിത്തുടങ്ങിയിരിക്കണമെന്ന് കല്യാണരാമൻ നിരൂപിച്ചു.

“ഞാൻ വരാം... പക്ഷേ, ഞാൻ വന്നിട്ട്...”

“മേൽക്കൊണ്ട് എന്ത് ചെയ്യണമെന്ന് അണ്ണൻ വന്നിട്ടു വേണം..”

“ഫൈസി വല്ലതും എഴുതിവെക്കുകയോ മറ്റോ...”

“എന്നെ ഇനി അന്വേഷിക്കണ്ട എന്നൊരു കുറിപ്പ് ബെഡ്ഡീന്ന് കിട്ടീട്ടുണ്ട്...”

ഒളിച്ചോട്ടത്തിന്റെ സാദ്ധ്യതകൾ ഏതാണ്ടുറപ്പായി വരുന്നു. ഭാഗി സൂചിപ്പിച്ചതിൽ എന്തെങ്കിലും സത്യമുണ്ടായിരിക്കാമെന്ന് കല്യാണരാമന് തോന്നി. എത്ര യുക്തിമതിയായ കുട്ടിയേയും അടിതെറ്റിക്കാനുള്ള ശക്തി പ്രണയത്തിനുണ്ട്. അന്ധതയാണ് അതിന്റെ കരുത്ത്. ഒരു ചെറുപ്പക്കാരനുമൊത്ത് ഒളിച്ചോട്ടത്തിന് മുതിരുന്ന കുട്ടി പക്ഷേ, ആ സംഗതിയല്ലേ കത്തിലൂടെ അറിയിക്കാൻ തിടുക്കപ്പെടുക?

ഞാൻ ഇന്ന ആളോടൊപ്പം ജീവിതം തുടങ്ങുന്നു!

എന്നെ ഇനി അന്വേഷിക്കേണ്ട എന്ന അറിയിപ്പിൽ മറ്റെന്തോ സന്ദേശത്തിന്റെ ധ്വനിയില്ലേ? വേറെയെന്തോ വായന?

“മുകളിലെ ബാൽക്കണിയിൽനിന്നും കയർ കെട്ടിയാണ് ഫൈസി

താഴേക്കിറങ്ങിയിരിക്കുന്നത്.."

മറ്റൊരു കമ്പനിയുടെ മെഡിക്കൽ റെപ്പും പൊതുസുഹൃത്തുമായ തമ്പി തോമസ് ലൈനിൽ വന്നു. ബദറിന്റെ രണ്ട് വീടപ്പുറമാണ് തമ്പി താമസം. ബദർ അയാളെയും സഹായത്തിന് വിളിച്ചിരിക്കണം.

പൊടുന്നനെ ഒരു ഭയം മനസ്സിലേക്കിരച്ചു. ബാൽക്കണിയിൽനിന്നും കയർ കെട്ടിയിറങ്ങാൻ മാത്രം ധൈര്യമുണ്ടോ ഫൈസിക്ക്? അത്രയും സാഹസികത എന്തോ നമ്പാനാവുന്നില്ല. ആരെങ്കിലും സഹായത്തിനുണ്ടായിരുന്നിരിക്കാം എന്നു വിചാരിക്കാനേ തല്ക്കാലം തരമുള്ളു. ആരോടൊപ്പം ഒളിച്ചോടിയോ അയാൾ തന്നെയായിരിക്കും സഹായിച്ച വ്യക്തി.

"എന്റെ സംശയം അതല്ല," തമ്പി സ്വകാര്യം പോലെ പറഞ്ഞു. "ഒരു തീവ്രവാദ സംഘടനയ്ക്കുവേണ്ടി കുട്ടികളെ കയറ്റിയയക്കുന്ന ഒരു ഏർപ്പാടില്ലേ ഇപ്പോൾ..."

"ഉവ്വ്..."

"അതിലേക്കെങ്ങാനും..."

"വിഡ്ഢിത്തം പറയല്ലേ," കല്യാണരാമൻ ആ ചിന്ത മുളയിലേനുള്ളി.

"എന്തെങ്കിലും കാര്യമില്ലാതെ ഞാൻ പറയില്ല," തമ്പി വീണ്ടും അതിൽത്തന്നെ പിടിച്ചു. "ഈ ഏരിയയിൽനിന്നും കഴിഞ്ഞ രണ്ടാഴ്ചക്കുള്ളിൽ ഏഴു കുട്ടികൾ മിസ്സിങ്ങാണ്.."

"തമ്പീ.."

ഓർക്കാപ്പുറത്ത് അടികൊണ്ട പോലെ കല്യാണരാമൻ ഒന്നു കിടുങ്ങി.

"നമ്മൾ കണക്കു കൂട്ടും പോലെയല്ല കാലം നീങ്ങുന്നത്...," തമ്പി തുടർന്നു. "എന്റെ സ്ട്രോങ് ബിലീഫ് ഇതുതന്നെയാണ്.."

ആ സാദ്ധ്യതയുണ്ടാക്കിയ നടുക്കത്തിൽ കല്യാണരാമൻ നിന്ന നില്പു തുടർന്നു. ആ ദഹനക്കേട് മനസ്സിൽ അജീർണ്ണം പിടിച്ചു കിടന്നു. ഇത്തരം പ്രതിലോമ സ്വാധീനങ്ങൾ ഫൈസിയെ ബാധിക്കാൻ ഒട്ടും തരമില്ലെന്ന് അയാൾ വിശ്വസിച്ചു. അത്തരം വഴികളിലേക്ക് നീങ്ങാനുള്ള സാഹചര്യവുമല്ല ബദറിന്റെ വീട്ടിലുള്ളത്. കൃത്യമായ പ്രാർത്ഥനകളും നോമ്പുകാലത്ത് അതിന്റേതായ നിഷ്ഠകളും പാലിക്കുന്ന കുട്ടിയാണ് ഫൈസി. തിരോധാനത്തിന്റെ ഉറവിടം മറ്റെന്തെങ്കിലുമായിരിക്കണം. തമ്പിയുടെ നിഗമനം തെറ്റാവാനേ വഴിയുള്ളു.

"തെറ്റും ശരിയും ബന്ധപ്പെട്ടവർ തെളിയിച്ചോളും... താനെപ്പോഴാണ് വരുന്നത്?"

ജനൽപ്പുറത്ത് നേരം വെള്ള പൊട്ടുന്നതിന്റെ ലക്ഷണങ്ങൾ കണ്ടു. ഒരു കോഴി കൂവലും പത്രക്കാരന്റെ ബെല്ലടി ശബ്ദവും കേട്ടു.

രങ്കനായകി പെട്ടെന്ന് മനസ്സിലെത്തി. ഇതിലും ചെറിയ പ്രായത്തിലാണ് അവൾ അപ്രത്യക്ഷയായത്. ഗ്രാമത്തിൽ അഭ്യൂഹങ്ങൾക്ക് ക്ഷാമമുണ്ടായില്ല. മണലാരണ്യത്തിൽ ഷെയ്ക്കിന്റെ വെപ്പുകാരിയെന്നും പുരട്ച്ചി തലൈവി ജയലളിതയുടെ തൂപ്പുകാരിയെന്നും വരെ കഥകൾ പരന്നു. മധുര

യിലെ ഒരു ഭിക്ഷാടന സംഘത്തിൽനിന്നാണ് ഒടുവിൽ കണ്ടുകിട്ടിയത്. അപ്പോഴേക്കും സംഘത്തലവൻ രണ്ടു കണ്ണുകളും ചൂഴ്ന്നെടുത്തിരുന്നു.

പാന്റും ഷർട്ടും എടുത്തിടുമ്പോഴേക്കും ഭാഗി കാപ്പിയുമായി എത്തി.

"ടെൻഷനടിച്ച് വണ്ടിയോടിക്കണ്ട.. അഭിയേയും കൂട്ടിക്കോളൂ..."

ഈ വിവരമറിഞ്ഞാൽ അഭിഷേക് അന്തം വിടും. ചെറുപ്പം മുതലേ കളിച്ചു വളർന്നവർ, പ്ലസ് ടു വരെ ഒരേ സ്കൂളിലും ട്യൂഷൻ ക്ലാസിലും ഒരുമിച്ച് പഠിച്ചവർ, കഷ്ടമുള്ള വിഷയങ്ങൾക്ക് കമ്പയിൻ സ്റ്റഡി പോലും നടത്തിയവർ... മാർക്കിന്റെ കാര്യത്തിൽ മത്സരിക്കാത്ത യഥാർത്ഥ സുഹൃത്തുക്കൾ... താനറിയാത്ത ഏതു നിമിഷത്തിലായിരിക്കും ഫൈസിക്ക് ഈ ബുദ്ധി തോന്നിയതെന്ന് അവൻ ശരിക്കും ഞെട്ടാതിരിക്കില്ല.

"കല്യാൺ അങ്കിൾ പുറപ്പെട്ടോ?"

ഫൈസിയുടെ ഉറ്റ തോഴി ബിന്ദു തെക്കേടത്ത് ലൈനിൽ. തമ്പി തോമസിനെക്കൂടാതെ ബിന്ദുവും സ്ഥലത്തെത്തിയിട്ടുണ്ടെന്ന് കല്യാണരാമൻ മനസ്സിലാക്കി. ഒരുപക്ഷേ, ഫൈസിയുടെ ഹൃദയ രഹസ്യങ്ങളറിയാവുന്ന ഏകസുഹൃത്ത്. സംഗതിയുടെ സത്യാവസ്ഥയിലേക്ക് വെളിച്ചം വീശാവുന്ന ഒരേയൊരു കണ്ണി.

"ഞാനിതാ അഭിയേയും കൂട്ടി വരവായി..."

"വേഗം വന്നാൽ നമുക്ക് ബദറങ്കിളെ രക്ഷിക്കാം...ഹി ഈസ്..."

"വാട്ട് ഹാപ്പൻഡ്?"

അപ്പോഴേക്കും ഫോൺ കട്ടായി. കല്യാണരാമൻ വല്ലാത്തൊരു പരിഭ്രമത്തിൽ ആടി.

"ബിന്ദുവാണോ?", ഭാഗി അരികിലെത്തി. "ആണെങ്കിൽ ഫൈസിയെക്കുറിച്ച് എനിക്ക് ക്ലൂ തന്നത് ഈ കുട്ടിയാണ്..."

എന്ത് ക്ലൂ എന്നൊന്നും വിസ്തരിക്കാൻ ഇപ്പോൾ സമയമില്ല. സംഗതിയുടെ ഗൗരവം മനസ്സിലാക്കിയ കല്യാണരാമൻ കാറിന്റെ താക്കോൽ വിരലിൽ ചുഴറ്റി ധൃതിയിൽ പുറത്തിറങ്ങി.

കുഴിയിൽ ടയറിറങ്ങിയിട്ടാവണം അതോ ടയർ കല്ലിൽ കയറിയിട്ടോ പാൽക്കാരന്റെ സൈക്കിൾ പാതയിൽ തല കുത്തി മറിഞ്ഞു. അതിനകമ്പടിയെന്നോണം ഒരു പശുക്കുഞ്ഞ് ഭയന്നമറി. മരച്ചില്ലയിൽ ഒരു പക്ഷി ത്തേങ്ങൽ കേട്ടുവോ?

"അഭീ... ഡാ അഭീ..."

വേഗം പെരുകുന്ന കാലുകളിൽ ഇടിപ്പ് കൂടുന്ന നെഞ്ചിന്റെ ഭാരമറിഞ്ഞ് ഭാഗ്യലക്ഷ്മി അഭിഷേകിന്റെ മുറിയിലേക്കുള്ള കോണിപ്പടികൾ കയറി.

പേപ്പർ മന്ത്ര

എലികൾക്ക് തിന്നാൻ പാകത്തിൽ വീടിന്റെ പെരുമാറ്റ ഭാഗത്ത് ഒന്നുമില്ല. പച്ചക്കറികളെല്ലാം ഫ്രിഡ്ജിൽ. പലവ്യഞ്ജനങ്ങൾ അടുക്കളയിലെ അലമാരയിൽ. പൊളിച്ച തേങ്ങപോലും പുറത്തില്ല. എന്നിട്ടും എലികളെന്തിനാണ് വിട്ടങ്ങളിൽ പന്തയം നടത്തുന്നതെന്ന് വാസുദേവൻ അതിശയിച്ചു.

പഴയ വീടായതിനാൽ അഴുകി ദ്രവിച്ച മരങ്ങൾ ഏറെയുണ്ട്. ഇന്ത്യയുടെ ഭൂപടം പോലെ ചുവരിൽ അഴിഞ്ഞു തൂങ്ങുന്ന ഇലക്ട്രിക് വയറുകളുണ്ട്. സോപ്പുപെട്ടിയും അയയിൽ തുണിമണികളുമുണ്ട്. വന്നുവന്ന് എലികൾ കടലാസും തിന്നാൻ തുടങ്ങിയിരിക്കുന്നുവെന്ന് അരുൺ പരാതി പറഞ്ഞു.

പ്രശ്നോത്തരിയിൽ ചോദ്യങ്ങൾക്ക് ശരിയുത്തരം കിട്ടാതെ വരുമ്പോൾ അരുണും അനുവും ആശ്രയിക്കുന്ന ആശയമാണ് പേപ്പർ മന്ത്ര. ഒരേ വലിപ്പത്തിൽ പത്തു കടലാസു കഷണങ്ങളെടുത്ത് അഞ്ചെണ്ണത്തിൽ 'ശരി' എന്നും അഞ്ചെണ്ണത്തിൽ 'തെറ്റ്' എന്നും എഴുതും. ഒരു ദിവസം മുഴുവൻ ഒരു പാത്രത്തിലിട്ടു വെക്കും. പിറ്റേന്ന് പാത്രം തിരിച്ചും മറിച്ചും കുലുക്കും. പ്രായത്തിൽ മൂത്തതിന്റെ ആനുകൂല്യം വെച്ച് അരുൺ നറുക്കെടുക്കും. കടലാസിൽ എഴുതപ്പെട്ട ഉത്തരം സത്യമായി സ്വീകരിക്കപ്പെടും. ഈ പതിവിന് 'പേപ്പർ മന്ത്ര' എന്നു പേരിട്ടതും അരുൺ തന്നെ.

ഒരു ദിവസം എഴുതിയിട്ട കടലാസുകളിൽ മൂന്നെണ്ണം കാണാനില്ലെന്ന് അനു കരച്ചിൽ തുടങ്ങി. അരുൺ എടുത്തു മാറ്റിയതാവുമെന്ന് പിണക്കവും പയ്യാരവും. ഞാനെന്തിന് മാറ്റണമെന്ന് അരുണും. പാത്രത്തിലിട്ടു വെച്ചിരുന്ന കടലാസുകഷണവുമായി എലി ഓടുന്നതു കണ്ടുവെന്ന് പണിക്കാരി ജാനു സാക്ഷ്യപ്പെടുത്തുന്നതുവരെ തർക്കം തുടർന്നു.

പണ്ട് എലികളെ കെണിവെച്ച് പിടിക്കുമായിരുന്നു. ചുട്ടുവെച്ച തേങ്ങ

യുടെ മണമടിച്ചാൽ ഏതു കാലുനൊണ്ടി എലിയും ഓടിക്കിതച്ചെത്തും. കെണിയിൽപ്പെട്ട എലിയെ എങ്ങനെ കൊല്ലും എന്നതാണ് ഏറ്റവും വലിയ പ്രശ്നം. വെള്ളത്തിൽ മുക്കിക്കൊല്ലാം. മണ്ണിൽ കുഴിയെടുത്ത് കെണി അതിലേക്ക് തുറന്നു പിടിച്ച് മണ്ണിട്ടു മൂടാം. മണ്ണെണ്ണയൊഴിച്ച് കത്തിക്കാം. പല വഴികളുണ്ട് സംഹാരത്തിന്. കാര്യത്തോടടുക്കുമ്പോൾ പക്ഷേ, വാസുദേവന് കൈ വിറയ്ക്കും. അങ്ങനെയാണ് എലിവിഷം എന്ന ആശയം പരീക്ഷിച്ചത്. അതിന് അയൽവീടുകളിൽനിന്ന് വലിയ എതിർപ്പുകളുണ്ടായി. ഇവിടെനിന്നും വിഷം കഴിച്ചു പോകുന്ന എലികൾ അവരുടെ വീടുകളിലാണ് പോയി ചാകുന്നതത്രേ. അതിനാൽ പ്രാകൃതരീതി തന്നെ അവലംബിച്ചാൽ മതിയെന്ന് അയൽക്കാരിൽ ഒരുവനായ കാർത്തികേയൻ സരസനായി. മറ്റൊരയൽക്കാരനായ ബാലകൃഷ്ണന്റെ അഭിപ്രായവും ഭിന്നമായിരുന്നില്ല. കെണി വെച്ച് പിടിച്ചാലും ജീവനോടെ കൊല്ലാൻ തനിക്ക് കഴിയില്ലെന്ന് വാസുദേവൻ തിരിച്ചറിഞ്ഞു. എലികളെ അതിന്റെ പാട്ടിന് വിടാൻ 'വീൽ സിൻഡ്രം' അയാളെ അനുവദിച്ചുമില്ല.

എലികൾ വിളയാട്ടം നടത്തുന്ന ദിക്കിൽ ചേരയും അവതരിക്കുമെന്ന് നളിനി പറഞ്ഞപ്പോൾ വാസുദേവന്റെ ഭയം ഇരട്ടിച്ചു.

"നമുക്ക് ഈ ഓട്ടുപെര പൊളിച്ച് ആർസിയാക്കിയാലോ?"

നളിനിയുടെ നിർദ്ദേശം കേട്ട് വാസുദേവന് ചിരിയും സങ്കടവും വന്നു. എലിയെ ഭയന്ന് വീട് പൊളിക്കുന്ന കാര്യം ആലോചിക്കാൻ കൂടി വയ്യായിരുന്നു. പൊളിച്ചെങ്കിൽത്തന്നെ കോൺക്രീറ്റ് കെട്ടിടം പണിയാൻ തന്റെ കൈയിൽ കാശെവിടെ?

"ഞാൻ വി ആർ എസ് എടുത്ത കാര്യം നീ മറന്നോ?"

അപ്പോഴാണ് ഇടിവെട്ടുപോലെ നളിനി ആ കാര്യം ഓർത്തത്. ഏഴു വർഷം സർവ്വീസ് ബാക്കിയുള്ളപ്പോൾ നേരത്തെ കളി അവസാനിപ്പിക്കാനുള്ള കാരണം തൊഴിൽ രംഗത്തെ പുതിയ പ്രവണതകളും ഒടുങ്ങാത്ത സംഘർഷങ്ങളുമായിരുന്നു. പകൽ അലച്ചിലിനു പുറമെ രാത്രി ലാപ്ടോപ്പിനു മുന്നിൽ കണക്കുകളുടെ ലോകം.... ഇടയ്ക്കിടെ ഞെട്ടിപ്പിക്കുന്ന എസ് എം എസുകളും ഇ-മെയിലുകളും. ജോലി വിടുന്ന കാര്യം പലപ്പോഴും ആലോചനയിൽ വരുമെങ്കിലും എഞ്ചിനീയറിയങ്ങിന് പഠിക്കുന്ന അരുണും പ്ലസ്ടുവിന് പഠിക്കുന്ന അനുവും മനസ്സിൽ പെരുക്കമാവുമ്പോൾ ആ വിചാരം ഉപേക്ഷിക്കും. അരുണിന്റെ കോഴ്സ് കഴിയുന്നതുവരെയെങ്കിലും ഈ തോണി തുഴയാൻ പറ്റിയാൽ രക്ഷപ്പെട്ടു. അവന് 'പ്ലേസ്മെന്റ്' ആയിക്കഴിഞ്ഞാൽ വിശ്രമിക്കാം. അനുവിന്റെ പഠിപ്പ് അവൻ നോക്കിക്കൊള്ളും. നളിനിക്ക് ഭാഗം കിട്ടിയ പത്തു സെന്റ് അനുവിന്റെ കല്യാണച്ചെലവിന് തികയും.

ഓരോ ദിവസം കഴിയുന്തോറും പക്ഷേ, തുഴച്ചിൽ ദുസ്സഹമായി. നേരത്തേയുണ്ടായിരുന്ന രക്തസമ്മർദ്ദവും അടുത്തിടെ മുളച്ചുപൊന്തിയ കൊളസ്ട്രോളും സമ്മർദ്ദങ്ങളെ അതിജീവിക്കാനുള്ള ഹൃദയശക്തിയെ അനുദിനം ലഘൂകരിച്ചു. ഇനി വയ്യ, ഇനി വയ്യ എന്നു തോന്നുമ്പോൾ അനാവ

ശ്യമായി നളിനിയോട് തട്ടിക്കയറും. ഇടയ്ക്ക് കുട്ടികളും കഥാപാത്രങ്ങളാവും. കുടുംബജീവിതം സാമാന്യേന അലങ്കോലപ്പെട്ടു എന്നു തന്നെ പറയാം. ഒന്നും തീരുമാനിക്കാൻ കഴിയാതെ നിസ്സഹായനായി ഇരിക്കുമ്പോഴാണ് പൊരിഞ്ഞ ചൂടത്ത് വേനൽമഴപോലെ വി ആർ എസ് വന്നത്. ഒന്നും ആലോചിച്ചില്ല. ഇങ്ങനെ ഒരവസരം ഇനി വന്നില്ലെങ്കിലോ?

പ്രോവിഡന്റ് ഫണ്ടും ഗ്രാറ്റിറ്റിയും വി ആർ എസ് തുകയും എല്ലാം കൂടി മോശമല്ലാത്ത ഒരു സംഖ്യ കൈയിൽ വന്നു. മതി. ആ സംഖ്യയുടെ പലിശ ഇപ്പോൾ കിട്ടുന്ന ശമ്പളത്തോളം വരും കഷ്ടിച്ച്. ചെറിയ മറ്റെന്തെങ്കിലും ജോലി കൂടി തരപ്പെടുത്തിയാൽ കാര്യം കുഴപ്പമില്ലാതെ നീങ്ങും.

പണം എവിടെ നിക്ഷേപിക്കണം എന്ന കാര്യത്തിൽ പല സംശയങ്ങളും വന്നു. നാഷണലൈസ്ഡ് ബാങ്കുകൾ തരുന്ന പലിശ വയറു നിറയാത്ത ഊണു പോലെയാണ്. സഹകരണ-അർബൻ ബാങ്കുകൾ ഒരു ചട്ടുകം കൂടി അധികച്ചോറ് തരും. ചില സ്വകാര്യധനസ്ഥാപനങ്ങൾ 'ഫുൾതാലി മീൽസ്' വിളമ്പും. വയറിളക്കവും ഛർദ്ദിയും പിറകെ വരുമെന്നു മാത്രം. എന്തു ചെയ്യണമെന്ന കാര്യത്തിൽ സന്ദേഹമായി.

ഗോപകുമാർ പഴയ സുഹൃത്തും 'സെനിത് സെക്യൂരിറ്റീസ്' എന്ന സ്വകാര്യ ധനസ്ഥാപനത്തിലെ മാനേജരുമാണ്. കഴിഞ്ഞ വർഷം ഏറ്റവും കൂടുതൽ ലാഭമുണ്ടാക്കിയ സംസ്ഥാനത്തെ വ്യക്തിഗത സ്ഥാപനമാണ് സെനിത്. റിസർവ്വ് ബാങ്കിന്റെ നിർദ്ദേശപ്പടി പ്രവർത്തിക്കുന്ന ധനകേന്ദ്രം.... പല ദേശീയ ബാങ്കുകളേക്കാൾ ബിസിനസും ആസ്തിയുമുള്ള കമ്പനി....

"കാര്യമൊക്കെ ശരി തന്നെ," മറ്റൊരു വി ആർ എസ് ഇരയായ ഹരിദാസ് ഇടപെട്ടു. "ഒരു പ്രൈവറ്റ് ഗവേണിങ് ബോഡിയല്ലേ സെനിതിന്റെ സാരഥികൾ?"

"പക്ഷേ, ആർ ബി ഐയുടെ ഗൈഡ്ലൈൻസ് പ്രകാരം പ്രവർത്തിക്കുന്ന..."

"ഗൈഡ്ലൈൻസ് എന്നല്ലേയുള്ളു," ഹരിദാസ് സംശയം പങ്കുവച്ചു. "റിസർവ്വ് ബാങ്കിന്റെ കീഴിലൊന്നുമല്ലല്ലോ.."

മനസ്സിൽ പൊടുന്നനെ ഭയത്തിന്റെ മിന്നൽ പാറി. ഇരുപത്തിയാറു വർഷം കമ്പനിക്കുവേണ്ടി അദ്ധ്വാനിച്ച് അവസാനം പിരിഞ്ഞു പോകുമ്പോൾ കിട്ടിയ പണമാണ്. 'ഗ്ലോബൽ റിസഷൻ' എന്ന വില്ലൻ രണ്ടു മൂന്നും വർഷം ഇടവിട്ട് അവതരിക്കുന്നതിനാൽ പേരുകേട്ട സ്ഥാപനങ്ങൾ പോലും കണ്ണു മൂടിത്തുറക്കുന്ന വേഗത്തിലാണ് അടച്ചുപൂട്ടുന്നത്. ആ ദുരന്തം ഭാവിയിൽ സെനിതിനേയും വിഴുങ്ങിയാൽ?

"ആട്ടെ... താനെവിടെയാണ് ഇതെല്ലാം കൊണ്ടിട്ടിരിക്കുന്നത്?"

കമ്പനിയിൽനിന്നും കിട്ടിയ മുഴുവൻ തുകയും താൻ നിക്ഷേപിച്ചിരിക്കുന്നത് അർബൻ ബാങ്കിലാണെന്ന് ഹരിദാസ് കോളർ പൊന്തിച്ചു. പതിനൊന്നു ശതമാനമാണ് പലിശ. മുതിർന്ന പൗരന്മാർക്ക് പതിനൊന്നര കിട്ടും. അതിനാൽ നിക്ഷേപത്തിന്റെ പകുതി അച്ഛന്റേയും അമ്മയുടേയും

പേരിലിട്ടു. മൊത്തം നോക്കുമ്പോൾ ശരാശരി പതിനൊന്നേകാൽ വർക്കൗട്ട് ചെയ്യും. അതിൽ താൻ സംതൃപ്തനാണെന്ന് ഹരിദാസ് ഒരു ചായക്ക് പറഞ്ഞു.

വാസുദേവൻ മനസ്സിൽ കണക്കു കൂട്ടി. മുതിർന്ന പൗരന്മാർക്ക് സെനിത് 12.5 ശതമാനമാണ് പലിശ നല്കുന്നത്. അർബൻ ബാങ്കിനേക്കാൾ ഒരു ശതമാനം അധികം. മാത്രമല്ല ഇരുപതു ലക്ഷത്തിൽ കൂടുതൽ നിക്ഷേപിക്കുമ്പോൾ .5% കാഷ് ഇൻസന്റീവുമുണ്ട്. പഠിക്കുന്ന രണ്ടു കുട്ടികൾ ഉള്ളതിനാൽ ഒരു ശതമാനത്തിന്റെ പലിശ വ്യത്യാസം വളരെ നിർണ്ണായകമാണ്. അരുണിന് ഒരു ജോലി കിട്ടുന്നതുവരെയെങ്കിലും സെനിതിൽ നിക്ഷേപിക്കുന്നതാണ് ബുദ്ധി എന്ന് വാസുദേവന് തോന്നി.

“ഈ ഒരു ശതമാനത്തിന് നിന്നിട്ട് അവസാനം....,” ഹരിദാസ് പിന്നെയും ഭയം കോരിയിട്ടു. “അവസാനം എന്തെങ്കിലും സംഭവിച്ചാൽ...”

“കരിനാവു കൊണ്ട് ഒന്നും പറയാതെടോ...”

“ഞാൻ ഒരു പോസിബിലിറ്റി ചിന്തിച്ചു എന്നേയുള്ളു,” ഹരിദാസ് പിൻവാങ്ങി. “ഇനിയെല്ലാം തന്റെ ഇഷ്ടം...”

വല്ലാത്തൊരു ചുഴുനിലയിൽ വാസുദേവൻ വിങ്ങി. ഹരിദാസ് പറയുന്നതിൽ കാര്യമില്ലാതില്ല. താൻ ചിന്തിക്കുന്നതിലും ഇല്ലേ യുക്തി?

“വൈ ഷുഡ് യു ബ്രേക് യുവർ ഹെഡ് അച്ഛാ?”, അരുൺ കടലാസുകഷണങ്ങളുമായി രംഗത്തെത്തി. “വി വിൽ യൂസ് പേപ്പർ മന്ത്ര...”

പെട്ടെന്നുതന്നെ അനുവും സമീപം വന്നു. രണ്ടുപേരും കൂടി കടലാസു തുണ്ടുകൾ വെട്ടി തയ്യാറാക്കി. അരുൺ കുറച്ചു കടലാസുകളിൽ ‘Z’ എന്നെഴുതി.

സെനിതിന്റെ ആദ്യാക്ഷരം.

അനു ‘U’ എന്നു കുറിച്ചു.

അർബൻ ബാങ്കിന്റെ ആദ്യാക്ഷരം.

നറുക്കെടുപ്പിൽ ഏതക്ഷരം വരുന്നുവോ അതനുസരിച്ച് തീരുമാനമെടുക്കാമെന്ന് വാസുദേവനും ഉറപ്പിച്ചു.

അണക്കെട്ട് തുറന്നു കിട്ടാൻ ജലം ആർത്തു നില്ക്കുന്ന ഒരു ദൃശ്യം ആ നേരം അയാളുടെ മനസ്സിൽ തെളിഞ്ഞു. ഷട്ടറുകൾ ഉയർന്നപ്പോൾ താഴേക്ക് പതിച്ച ജലോപരിതലത്തിൽ ഗാന്ധിത്തലകൾ ഒഴുകി നടന്നു. ചങ്കിടിപ്പിൽ വാരിയെടുക്കാൻ ശ്രമിക്കുമ്പോഴേക്കും അവ നനഞ്ഞു കുതിർന്ന് അടിത്തട്ടിലേക്ക് താണു.

“നമുക്ക് അർബൻ ബാങ്ക് തന്നെ പോരെ?”

വാസുദേവനിൽ നിന്ന് ദൈന്യ ശബ്ദം പുറത്തുവന്നു.

കടലാസുകഷണങ്ങൾ ഇട്ടുവെച്ച പാത്രം വിളക്കു കൊളുത്തി പ്രാർത്ഥനാമുറിയിൽ വെക്കണമെന്നും നാളും നക്ഷത്രവും നോക്കി നറുക്കെടുത്താൽ പ്രശ്നങ്ങളൊന്നുമുണ്ടാവില്ലെന്നും നളിനി ധൈര്യം പറഞ്ഞു. ഒരു നിർണ്ണായക തീരുമാനമല്ലേ, അങ്ങനെതന്നെയാവട്ടെ എന്ന് വാസുദേവനും സമ്മതം മൂളി.

ഉറക്കം നഷ്ടപ്പെട്ട ആ രാത്രി മനസ്സിന്റെ അഴുകിദ്രവിച്ച വിട്ടത്തിൽ അയാൾ ഒരു എലിച്ചെത്തം കേട്ടു. പിന്നെ ഉറക്കം വരാതെ കിടന്നു. ഇല ക്കുമ്പിളിൽ കഞ്ഞി കോരിക്കുടിച്ചിരുന്ന തന്റെ കുട്ടിക്കാലം വാസുദേവന്റെ ഓർമ്മയിലെത്തി. അന്ന് അരവയർ നിറയ്ക്കാൻ കഷ്ടപ്പെട്ടിരുന്ന കാലത്ത് സ്കൂൾ മാഷിന്റെ ശമ്പളം കൊണ്ട് അച്ഛൻ എങ്ങനെയാണ് അഞ്ചു കുട്ടി കളെ വളർത്തിയത്? റിട്ടയർമെന്റ് സമയത്തും രണ്ടുപേർ വിവാഹത്തിന് ബാക്കിയായിരുന്നു. എല്ലാം ഭംഗിയായി നിറവേറ്റാൻ ഏതു ബാങ്കാണ് അച്ഛന് അധികപ്പലിശ നല്കിയത്? പിറ്റേന്ന് വാസുദേവന്റെ മുഖത്തെ വിമ്മിട്ടം കണ്ട് നളിനി അരികിൽ വന്നു.

"എന്തിനാ ഇത്ര പേടീം ബേജാറും..."

"കുരുവി അരിമണി ചേർത്തുവെച്ച കഥ കേട്ടിട്ടില്ലേ ? അങ്ങനെ ചേർത്ത പണമാണ്... ഒന്നും രണ്ടുമല്ല... ഇരുപത്തിയാറു വർഷങ്ങൾ കൊണ്ട്...."

വാസുദേവൻ പിന്നെ ചോദിച്ചു.

"ഈ പേപ്പർ മന്ത്ര വെറും ഒരു വിശ്വാസമല്ലേ?"

നളിനി പൊട്ടിച്ചിരിച്ചു. എന്നിട്ട് ടി വിയിൽ ഇടയ്ക്കിടെ പ്രത്യക്ഷപ്പെ ടാറുള്ള പരസ്യവാചകം ഉരുവിട്ടു.

"വിശ്വാസം... അതല്ലേ എല്ലാം?"

അന്ന് വാസുദേവന് നേരാംവണ്ണം ഊണ് ഇറങ്ങിയില്ല. പേരിന് എന്തോ കഴിച്ച് എഴുന്നേല്ക്കുമ്പോഴേക്കും 'Z' 'U' കടലാസു തുണ്ടങ്ങൾ നിറച്ച പാത്രവുമായി അരുണും അനുവും അരികിലെത്തി.

"കമോൺ അച്ഛാ... നമുക്ക് പൂജാ മുറിയിൽ ചെന്ന്..."

കുട്ടികൾക്ക് ഇതു നേരംപോക്കാണ്. പാത്രത്തിനുള്ളിൽ ചെറുതു ണ്ടങ്ങളായി കിടക്കുന്നത് ഇരുപത്തിയാറു വർഷത്തെ തന്റെ അദ്ധ്വാന മാണ്. പാതി മനസ്സോടെ കുട്ടികളെ അനുഗമിക്കുമ്പോഴേക്കും നളിനി പിന്നിലെത്തി.

"വാസുവേട്ടൻ ജ്യോത്സ്യനെ വിളിച്ച് നാളും നക്ഷത്രവും ചോദിക്കൂ... എന്നിട്ടാവാം..."

"അതൊക്കെ അവിടെ നില്ക്കട്ടെ," വാസുദേവൻ സംയമനം പാലിച്ചു. "എലിയുടെ പ്രോബ്ലത്തിന് ഒരു പരിഹാരം പറയൂ..."

നൊടി നേരം കൊണ്ട് നളിനി വഴി കണ്ടെത്തി.

"പാത്രം പൂജിച്ചശേഷം അലമാരിയിൽ ഭദ്രമായി വെച്ച് പൂട്ടാം... ജ്യോത്സ്യൻ നിശ്ചയിക്കുന്ന ദിവസം നറുക്കെടുപ്പ്..."

പൂട്ടിവെച്ച അലമാരകൾക്കുള്ളിലും ഇടയ്ക്ക് എലിച്ചെത്തം കേൾക്കാ റുണ്ടെന്ന് അരുൺ അനുഭവം പറഞ്ഞു. അനുവും അതു ശരി വെച്ചു. വീണ്ടും ആശയക്കുഴപ്പത്തിലായി വാസുദേവനും നളിനിയും.

"ഞാൻ ഒരു കാര്യം ചെയ്യാം," നളിനിയുടെ മനസ്സിലെ കഴുക്കോ ലിലും ഒരു എലി അതിദ്രുതം ഓടി. "നറുക്കെടുപ്പു ദിവസം വരെ ഞാൻ ഈ പാത്രത്തിന് കാവലിരിക്കാം...."

"നോൺസെൻസ്" എന്ന് വാസുദേവൻ ആ നിർദ്ദേശത്തെ ഉറക്കെ നേരിട്ടു.

"അമ്മ നടക്കുന്ന കാര്യം വല്ലതും പറയൂ..," അരുൺ കോപമെടുത്തു സംസാരിച്ചു. "ജ്യോത്സ്യൻ നിശ്ചയിക്കുന്ന ദിവസം വരെ ഇതിന് കാവലിരിക്ക്യേ? അതും ഒരു എലിയെ പേടിച്ച്.."

"അമ്മയ്ക്ക് ഭ്രാന്താണ്..."

അനു അരുണിനോട് ചേർന്നു.

പാത്രത്തിന് കാവലിരിക്കുന്നത് പ്രായോഗികമല്ല എങ്കിൽക്കൂടി നളിനി പറഞ്ഞതിൽ കാര്യമുണ്ടെന്ന് വാസുദേവന് തോന്നി. നിക്ഷേപം സ്വകാര്യ സ്ഥാപനത്തിൽ വേണോ സർക്കാർ സ്ഥാപനത്തിൽ വേണോ എന്നതിന്റെ ഗൗരവമൊന്നും കുട്ടികൾക്കറിയില്ല. പേപ്പർ മന്ത്ര അവർക്കൊരു 'ഗെയിം' ആയിരിക്കാം. തനിക്കോ?

എലിയുടെ ശല്യമില്ലാത്ത ഏറ്റവും സുരക്ഷിതമായ ഒരു സ്ഥലത്തിനുവേണ്ടി വാസുദേവൻ മനസ്സിൽ തിരഞ്ഞു.

പീതാംബരോസിസ്

പീതാംബരൻ മരിച്ച വിവരം കൃഷ്ണൻകുട്ടിയാണ് വിളിച്ചു പറഞ്ഞത്. കരൾരോഗത്തിന് ചികിത്സയിലായതിനാൽ കുടി പാടേ നിർത്തിയെന്നും കൃത്യമായി മരുന്നു കഴിക്കുന്നുണ്ടെന്നും കേട്ടിരുന്നു. കരളിന്റെ പ്രവർത്തനക്ഷമത പരിശോധിക്കുന്ന ടെസ്റ്റിൽ നല്ല പുരോഗതിയും കണ്ടുവത്രേ. പിന്നീടെപ്പോഴാണ് കാര്യങ്ങൾ തകിടം മറിഞ്ഞത്?

ഇന്നലെ പെട്ടെന്ന് ചോര ഛർദ്ദിക്കുകയായിരുന്നുവെന്നും അബോധാവസ്ഥയിൽ ഐ സി യുവിലേക്ക് കൊണ്ടുപോയ പീതാംബരനെ പിന്നീട് കാണുന്നത് മരിച്ച നിലയിലായിരുന്നുവെന്നും കൃഷ്ണൻകുട്ടി സാക്ഷ്യപ്പെടുത്തി. രമ പിണങ്ങിപ്പോയതിനാൽ ആശുപത്രിയിൽ നില്ക്കാനും മറ്റും ആരുമുണ്ടായിരുന്നില്ല. വീട്ടിൽ വയസ്സായ അമ്മ മാത്രമേയുള്ളു. നിങ്ങൾ പഴയ സുഹൃത്തുക്കളെല്ലാം വന്നിട്ടുവേണം കാര്യങ്ങൾ തീരുമാനിക്കാൻ.

കോഴിക്കോട്ടേക്ക് വിളിച്ച് ഹാഫിസിനെ വിവരമറിയിച്ചു. തൃശൂരിലെ ജോസിനും വാർത്ത കൊടുത്തു.

“ഉച്ചയ്ക്ക് രണ്ടു മണിയാവുമ്പോഴേക്കും നിങ്ങൾ ഷൊർണ്ണൂരിലെത്തുക... അപ്പോഴേക്കും ഞാനുമെത്താം.”

മൂന്നുപേരും കൂടി ചെറുതുരുത്തിയിലേക്ക്.

ചെറുതുരുത്തിയിലാണ് പീതാംബരന്റെ തറവാട്. രാമചന്ദ്രൻ പരിചയപ്പെടുന്നത് പക്ഷേ, എറണാകുളത്തു വെച്ചായിരുന്നു. മെഡിക്കൽ റെപ്രസന്റേറ്റീവായി നിയമനം കിട്ടിയ സമയം. താമസിക്കാൻ ഒരു മുറി അന്വേഷിച്ചിറങ്ങിയതായിരുന്നു. രവിപുരത്തെ ഒരു ലോഡ്ജിനു മുന്നിൽ ചുറ്റിപ്പറ്റി നില്ക്കുമ്പോൾ ഒരാൾ വന്ന് സ്വയം പരിചയപ്പെടുത്തി.

“ഞാൻ പീതാംബരൻ..”

ചോര തിങ്ങുന്ന മുഖം, ആരും ശ്രദ്ധിച്ചുപോകുന്ന വസ്ത്രധാരണം, ഒഴുക്കുള്ള സംസാരം...

"എനിക്കിപ്പോൾ റൂംമേറ്റില്ല...", പീതാംബരൻ കാര്യം പറഞ്ഞു. "കൂടെയുണ്ടായിരുന്ന ആൾ ട്രാൻസ്ഫറായി മദ്രാസിലേക്കു പോയി. ഒരു കട്ടിൽ വേക്കന്റാണ്..."

ഒന്നും ആലോചിച്ചില്ല. തേടിയ വള്ളി കാലിൽ ചുറ്റി എന്ന പഴഞ്ചൊല്ല് പരമാർത്ഥമായി.

പാരഗൺ ലോഡ്ജിലെ എട്ടാം നമ്പർ മുറി.

പുതിയ അന്തരീക്ഷം ഉണ്ടാക്കിയ അസുഖകരമായ അവസ്ഥയും അപരിചിതനായ വ്യക്തിയോടൊപ്പമുള്ള ആദ്യ കൂടിക്കാഴ്ചയും ചേർന്ന് രാമചന്ദ്രന്റെ പെരുമാറ്റത്തിൽ ഒരു മസിലുപിടിത്തം പ്രകടമായി.

"ഹാവ് എ ഡ്രിങ്ക്.."

പീതാംബരൻ കട്ടിലിനടിയിൽനിന്നും ഒരു കുപ്പി പുറത്തെടുത്തു, രണ്ടു ഗ്ലാസുകളും.

"അയ്യോ വേണ്ട."

കണ്ടമാത്രയിൽത്തന്നെ രാമചന്ദ്രൻ അനിഷ്ടം വ്യക്തമാക്കി.

"ഒരു കമ്പനിക്കുവേണ്ടി ഞാൻ നിർബ്ബന്ധിക്കുകയാണ് എന്നൊന്നും വിചാരിക്കരുത്..." പീതാംബരൻ മൂടി തുറന്നു. "ഇൻഫാക്ട് എനിക്ക് ഒറ്റയ്ക്ക് കഴിക്കുന്നതാണ് എന്നും ഇഷ്ടം."

പീതാംബരൻ കുപ്പി ഗ്ലാസിലേക്ക് കമിഴ്ത്തുകയും അതിലേക്ക് സോഡ പകരുകയും ചെയ്തു.

"ചിയേഴ്സ്.."

കണ്ണു മൂടിത്തുറക്കുന്ന വേഗത്തിൽ പീതാംബരൻ അത് തീർത്തു. രണ്ടാമതൊന്നൊഴിക്കുമ്പോൾ ആരോടെന്നില്ലാതെ ചിരിച്ചു.

"ഇപ്പോഴും പറയുന്നു.... വേണമെങ്കിൽ.."

രാമചന്ദ്രൻ അന്നുവരെ കഴിച്ചിരുന്നില്ല. കഴിക്കുന്നതിനോട് അറപ്പു തോന്നാൻ കാരണം അച്ഛന്റെ അമിതമായ ആട്ടമായിരുന്നു. എപ്പോഴോ മനസ്സിൽ തീരുമാനിച്ചു, തൊടരുത്.

പീതാംബരൻ രണ്ടാമത്തേതും തീർത്തു കഴിഞ്ഞിരുന്നു.

മൂന്നാമത് ഒഴിക്കും മുൻപ് തെല്ല് വാചാലനായി. വർത്തമാനത്തിൽ ഒരു കൊഞ്ചിപ്പ്. കവിളും നെറ്റിയും വിയർത്തിരുന്നു. ഗ്ലാസ് പതഞ്ഞു കഴിഞ്ഞപ്പോൾ പറഞ്ഞു.

"ഭക്ഷണത്തിനു മുൻപ് ഒരു സ്മോൾ... അത് നല്ലതാണ് രാമേന്ദ്രൻ.."

ഒരു കവിൾ എടുത്ത ശേഷം:

"നമ്മൾ പുണ്യാളന്മാരൊന്നുമല്ലല്ലോ... വെറും സാധാ മനുഷ്യർ..."

രണ്ടാമത്തെ കവിൾ നുകർന്നശേഷം:

"ആണായിപ്പിറന്നാൽ ഇതൊക്കെ ഒന്നു ടേസ്റ്റ് ചെയ്യണ്ടേ?"

മൂന്നാമത്തെ കവിൾ അകത്താക്കിയപ്പോൾ:

"എന്നോട് ത്തിരി സ്നേഹണ്ടെങ്കിൽ..പ്ലീസ് ഗീവ് എ കമ്പനി.."

ആ നിമിഷത്തിൽ മനസ്സിന്റെ കെട്ടഴിഞ്ഞു. മുറി അന്വേഷിച്ച് നട്ടം തിരിഞ്ഞു നടക്കുമ്പോൾ കിടപ്പാടം വാഗ്ദാനം ചെയ്ത അപരിചിതൻ. അയാൾ ആവശ്യപ്പെടുന്നത് ഒരു കമ്പനിയാണെങ്കിൽക്കൂടിയും അതിൽ സ്നേഹത്തിന്റെ ഒരുയാചന ഉള്ളതുപോലെ രാമചന്ദ്രന് തോന്നി.

ഒന്നും ആലോചിച്ചില്ല.

"ഒഴിക്കൂ പീതേട്ടാ.."

നന്ദിപ്രകാശനമായി പീതാംബരൻ എഴുന്നേറ്റ് കെട്ടിപ്പിടിച്ചു.

"ഐ അപ്രിഷ്യേറ്റ് യുവർ സ്പിരിറ്റ്.."

ഒന്നായി, രണ്ടായി, മൂന്നായി...

പിന്നെ ഛർദ്ദിയായി.

പീതാംബരൻതന്നെ എല്ലാം കോരിയെടുത്ത് വൃത്തിയാക്കി. ഫിനോയിൽ ഒഴിച്ച് മുറി മണപ്പെടുത്തി. പിറ്റേന്ന് എഴുന്നേറ്റതും പറഞ്ഞു.

"എല്ലാവരുടേയും ഫസ്റ്റ് എക്സ്പീരിയൻസ് ഇങ്ങനെയൊക്കെത്തന്നെയായിരിക്കുംട്ടോ... ഡോണ്ട് വറി.."

വണ്ടി ഒറ്റപ്പാലത്ത് എത്തിയപ്പോൾ രാമചന്ദ്രൻ ഒരു ചായയ്ക്ക് പറഞ്ഞു. ഹാഫിസ് ഇപ്പോൾ കൊയിലാണ്ടിയിൽ എത്തിയിട്ടുണ്ടാവണം. ജോസോ? ഒന്നു വിളിച്ചു നോക്കണോ?

കൊയിലാണ്ടിയിലെത്തിയപ്പോൾ ഹാഫിസും ഒരു ചായയ്ക്ക് പറഞ്ഞു. എതിർ സീറ്റിൽ ഇരിക്കുന്ന നാലംഗ സംഘത്തിലെ ഏറ്റവും ഇളയ കുട്ടി ഗ്ലാസ് ശരിക്കും പിടിക്കാനറിയാതെയാണോ അതോ ചൂട് താങ്ങാൻ വയ്യാതെയോ ഗ്ലാസ് താഴെയിട്ടു. ചായയിൽ കുതിർന്ന കുപ്പിച്ചില്ലു കഷണങ്ങൾ സഹയാത്രികരെ തെല്ല് അലോസരപ്പെടുത്തി.

ചൂടുള്ള ചായ പീതാംബരന്റെ വീക്നസായിരുന്നു. മണിക്കൂറിൽ നാലും അഞ്ചും അകത്താക്കും.

ചിലപ്പോൾ പുതിയൊരു സിഗരറ്റ് കത്തിക്കാൻ വേണ്ടിയായിരിക്കും. ഹാഫിസിന് പക്ഷേ, ചായ കഴിഞ്ഞാൽ ബീഡിയാണ് പഥ്യം.

"ബീഡി വലിക്കുന്നതു കൊള്ളാം..." ഒരിക്കൽ പീതാംബരൻ പറഞ്ഞു. "പക്ഷേ, കല്യാണം കഴിഞ്ഞാൽ നീയിതു നിർത്തണം."

നിക്കാഹും ബീഡിവലിയും എങ്ങനെ ബന്ധപ്പെട്ടു കിടക്കുന്നുവെന്ന് ഹാഫിസിന് മനസ്സിലായില്ല.

"ബീഡിയുടെ മണം സ്ത്രീകൾ ഇഷ്ടപ്പെടുന്നില്ല.", പീതാംബരൻ താത്വികനായി. "അതിനാൽ നിനക്ക് വിലക്കേർപ്പെടുത്താൻ പോകുന്നത് ആദ്യം നിന്റെ ഭാര്യയായിരിക്കും."

പീതാംബരൻ ഒരു സിഗരറ്റ് കത്തിച്ചു. പിന്നെ ഹാഫിസിന് ഒന്നു കൈമാറി. ബീഡിയിൽനിന്നും സിഗരറ്റിലേക്കുള്ള കൂടുമാറ്റത്തിന്റെ തുടക്കം അതായിരുന്നു. പീതു പറഞ്ഞതുപോലെ സിഗരറ്റിന്റെ മണം ആയിഷയ്ക്ക് വലിയ പ്രശ്നമായില്ല.

ഒരിക്കൽ മകളുടെ പിറന്നാളിനാണ് ആയിഷയേയും കൂട്ടി പീതാംബരന്റെ വീട്ടിലേക്ക് പോയത്. വളരെ അടുത്ത സുഹൃത്തുക്കൾക്കുവേണ്ടി

ഒരുക്കിയ അത്താഴസദ്യയായിരുന്നു. ക്ഷണിച്ചവരെല്ലാം കുടുംബസമേതമാണ് വന്നത്. പ്രാരംഭവർത്തമാനവും കുശലാന്വേഷണങ്ങളും സമ്മാനം കൈമാറലും കഴിഞ്ഞു. ആരോ ഒരു പാട്ടുപാടി. ഭക്ഷണത്തിന്റെ സമയമായപ്പോൾ പീതാംബരന്റെ മുഖത്ത് ഒരസ്വസ്ഥത. മുകളിലേക്കു വരൂ എന്ന് അയാൾ കണ്ണുകൊണ്ട് ആംഗ്യം കാണിച്ചു. പതുക്കെപ്പതുക്കെ ആണുങ്ങൾ ഓരോരുത്തരായി മുകളിലേക്ക്. അവിടെ വലിയ ഒരു പാർട്ടിക്കു വേണ്ട സന്നാഹമൊരുക്കിയിരുന്നു. ഇത്രയും വൈവിദ്ധ്യമുള്ള ബ്രാന്റുകളുടെ ശേഖരം ഹാഫിസ് ആദ്യമായി കാണുകയായിരുന്നു. ചിലർക്ക് ആവേശം, ചിലർക്ക് ആർത്തി. ഹാഫിസ് തുടങ്ങാനാവാതെ അറച്ചു നിന്നു.

"നീയെന്താ ഒഴിക്കുന്നില്ലേ?"

കൈയിൽ വിതുമ്പുന്ന ഒരു ഗ്ലാസുമായി പീതാംബരൻ വന്നന്വേഷിച്ചു.

"എനിക്കു വേണ്ട..." ഹാഫിസ് പറഞ്ഞു.

"വൈ?"

"ലോഡ്ജിലും ബാറിലുമൊക്കെ കഴിക്കുന്നതുപോലെയാണോ ഇത്? വീട്ടിൽ വെച്ച്... അതും ഇത്രേം സ്ത്രീകളുള്ളപ്പോൾ..."

"അവർക്ക് അവരുടെ ടൈം പാസ്... നമുക്ക് നമ്മുടേതും. സമയം കളയാതെ നീയൊരെണ്ണം ഒഴിക്ക്.."

"ബീഡിയുടെ മണം സ്ത്രീകൾക്ക് ഇഷ്ടമല്ലെന്ന് നീ തന്നെയല്ലേ ഉപദേശിച്ചത്", ഒരു സ്വകാര്യം പോലെ ഹാഫിസ് ചെവിയിൽ മന്ത്രിച്ചു. "ഇതു മാത്രമെന്താ അവർക്ക് വല്യ ഇഷ്ടാണോ?"

"നീ വേണ്ടാത്തതോരോന്ന് പറഞ്ഞ് എന്റെ മൂഡ് കളയാതെ," പീതാംബരൻ ഗ്ലാസ് കാലിയാക്കി. "വേണ്ടെങ്കിൽ, വേണ്ട.... നീയും അവരോടൊപ്പം പോയിരുന്നോ..."

ഹാഫിസ് താഴേക്കിറങ്ങി. മുകളിൽ പാട്ടും, അട്ടഹാസവും. ഇടയ്ക്ക് ആരോ അശ്ലീലം പറയുന്നത് കേട്ടു. ഒന്നുരണ്ടു കുപ്പികൾ താഴെ വീണു പൊട്ടി. അറച്ചറച്ചാണ് അത്താഴം കഴിച്ചത്. യാത്ര പറയുമ്പോൾ രമയുടെ മുഖം ശ്രദ്ധിച്ചു. നിസ്സഹായതയോ വെളിപ്പെടുത്താൻ കഴിയാത്ത ഒരു സങ്കടമോ അവിടെ കണ്ടു.

വീട്ടിലെത്തിയപ്പോഴാണ് ആയിഷയുടെ ഭാവം ശ്രദ്ധിച്ചത്. എല്ലാവരും കഴിച്ചപ്പോഴും ഹാഫിസ് മാത്രം തൊടാതിരുന്നതിലെ ആനന്ദം അവളുടെ ആശ്ലേഷത്തിൽ അറിയാമായിരുന്നു. പിന്നീടവൾ രമ പറഞ്ഞ കഥകൾ ഓരോന്നായി വിസ്തരിച്ചു. പീതാംബരൻ രാത്രികളെ പകലുകളാക്കുന്നതും, അസമയത്ത് കയറി വന്ന് ഭക്ഷണമുണ്ടാക്കാൻ ആവശ്യപ്പെടുന്നതും, വളർന്നുവരുന്നത് ഒരു പെൺകുട്ടിയാണെന്ന ചിന്തപോലുമില്ലാതെ ആടിത്തിമിർക്കുന്നതും ആ കഥകളുടെ ഗൗരവം വ്യക്തമാക്കി. പിറ്റേന്ന് തീരുമാനിച്ചു, എന്തുവന്നാലും ഇനി പീതാംബരന്റെ കൂടെ കഴിക്കരുത്.

"ഹാഫിസേ എവിടെയെത്തി?"

രാമചന്ദ്രൻ അന്വേഷിച്ചപ്പോഴാണ് പുറത്തേക്ക് നോക്കിയത്.

“തിരൂരെത്താറായി .... ജോസോ?”

“ഞാൻ വിളിച്ചിട്ട് കിട്ടുന്നില്ല.” രാമചന്ദ്രൻ പറഞ്ഞു. “നീയൊന്ന് നോക്ക്..”

ഹാഫിസ് ശ്രമിച്ചപ്പോഴും ജോസിനെ കിട്ടിയില്ല. ഔട്ട് ഓഫ് കവറേജ് ഏരിയ എന്ന് രണ്ട് തവണ ആവർത്തിച്ചു കേട്ടു. റേഞ്ച് കിട്ടാത്ത ഏതോ ഉൾനാടൻ ഗ്രാമത്തിലൂടെ നീങ്ങുകയായിരുന്നു ബസ്.

തൃശൂരിൽ ഇറങ്ങി മറ്റൊരു ബസുപിടിച്ചു വേണം ഷൊർണ്ണൂരിലെത്താൻ. അവിടെനിന്നും വീണ്ടും ഒരു ബസെടുത്താൽ ചെറുതുരുത്തി.

ബസ് യാത്ര തീരെ പറ്റാത്ത ആളായിരുന്നു പീതാംബരൻ. ഛർദ്ദിൽ വരും എന്ന കാരണത്തിനാൽ ബസിനോട് ഒരുതരം അലർജിയായിരുന്നു. ട്രെയിൻ യാത്രയോടായിരുന്നു കമ്പം. വേണമെന്നു തോന്നുമ്പോൾ നീണ്ടു നിവർന്നു കിടക്കാമല്ലോ എന്നതായിരുന്നു ന്യായീകരണം. ഇതൊന്നുമല്ല കാരണമെന്ന് ദില്ലി യാത്രയ്ക്കിടയിലാണ് മനസ്സിലായത്. ട്രെയിനിലാവുമ്പോൾ സ്വകാര്യമായി ചെന്നു കഴിച്ചുവരാൻ ബാത്ത്റൂം എന്ന സൗകര്യമുണ്ട്. മിക്കവാറും സ്റ്റേഷനുകളുടെ അടുത്തെല്ലാം കടകളുണ്ട്. ചില സ്റ്റേഷൻ പരിസരങ്ങളിൽ സാധനം വില്ക്കാൻകൊണ്ടുവരുന്ന ചില്ലറ വില്പനക്കാരുമുണ്ട്.

ദില്ലിയാത്ര വലിയ ദുരനുഭവങ്ങളാണ് സമ്മാനിച്ചത്. യാത്രയിലുട നീളം കഴിച്ച് കഴിച്ച് പീതാംബരൻ തളർന്നു. തളർച്ച മാറാൻ പിന്നെയും കഴിച്ചു. ഭക്ഷണം ഇറങ്ങാത്ത അവസ്ഥയിലായിരുന്നു പലപ്പോഴും. വായുഗന്ധം സഹയാത്രികർക്ക് അസഹ്യമായി. കുഞ്ഞുന്നാളിൽ കുടുംബത്തിലെ പലരും കഴിക്കുന്നത് കണ്ടു വളർന്നിട്ടും മിക്കവാറും ദിവസങ്ങളിൽ കഴിക്കുന്ന ആളായിട്ടും പീതാംബരന്റെ മധുസേവനം ജോസിനെ ആശ്ചര്യപ്പെടുത്തി.

ദില്ലിയിലെ ഒരു ഉൾനാടൻ ഗ്രാമത്തിൽവെച്ച് ഒരിക്കൽ ഒരു ബാറിൽ കയറി. വെള്ളം ചേർക്കാതെ പീതാംബരൻ കഴിക്കുന്നത് അന്നാണ് ശ്രദ്ധിച്ചത്. ആ ചവർപ്പ് ഉള്ളിലൂടെ അരിച്ചിറങ്ങുമ്പോൾ മുഖത്തുണ്ടാകുന്ന പൊള്ളൽ കാണാൻതന്നെ പ്രയാസമായിരുന്നു.

“ഇങ്ങനെ ഡ്രൈ ആയി കഴിക്കുന്നതിൽ എന്താണ് സുഖം?”

“ഒരു സുഖവുമില്ല,” പീതാംബരൻ സത്യം പറഞ്ഞു. “വെള്ളം ചേർത്തു കഴിച്ചാൽ എനിക്കൊന്നും തോന്നുന്നില്ല... ഒന്നും..”

“ബട്ട് ഇറ്റ് വിൽ കിൽ യു മാൻ..”

അപ്പോൾ കുഴയുന്ന നാവിൽ മനസ്സു തുറന്നു.

“എനിക്കു മരിക്കണം... എത്രയും പെട്ടെന്ന്..”

“യൂ ഇഡിയറ്റ്..”

ജോസ് കഴിക്കുന്നത് നിർത്തി.

രമ മകളെയും കൂട്ടി തന്റെ വീട്ടിലേക്ക് പോയെന്നും എത്ര വിളിച്ചിട്ടും വരുന്നില്ലെന്നും പീതാംബരൻ ഉള്ളു തുറന്നു.

“ഒരു സ്ത്രീ എങ്ങനെ ഇതു സഹിക്കും.... നീ തന്നെ പറ..”

പീതാംബരൻ രണ്ടാമതൊരു കുപ്പിയും വരുത്തി. കുപ്പി വായിലേക്ക് കമിഴ്ത്തുമ്പോൾ വിതുമ്പി.

"ഞാൻ പെട്ടുപോയി ജോസ്... പെട്ടുപോയി..."

നേരം വല്ലാതെ വൈകിയിരുന്നു. ബാർ പൂട്ടുകയാണെന്നും പുറത്തു പോകണമെന്നും അധികൃതർ മുന്നറിയിപ്പു നല്കി. പീതാംബരന് പക്ഷേ, എഴുന്നേല്ക്കാൻ വയ്യായിരുന്നു. രണ്ടു പേർ ഉയർത്താൻ ശ്രമിച്ചിട്ടും കഴിഞ്ഞില്ല. അവസാനം ബാർ പൂട്ടി അവർ പുറത്തുപോവുമ്പോഴും പീതാംബരൻ അകത്തു തന്നെയായിരുന്നു. മുറിയിൽ തിരിച്ചെത്തിയ ജോസിന് അന്നുറക്കം വന്നില്ല. പിറ്റേന്ന് കാലത്ത് ചെല്ലുമ്പോൾ രാത്രിക്ഷീണം തീർക്കാൻ പീതാംബരൻ പിന്നെയും തുടങ്ങിയിരുന്നു.

ഗ്രാമപ്രദേശം വിട്ട് ടൗൺ എത്താറായപ്പോൾ മൊബൈലിന് റേഞ്ചായി. എസ് എം എസ് ശബ്ദിച്ചു.

"Where are you now?"

രാമചന്ദ്രനാണ്. പുറത്ത് നിരന്നു പൊങ്ങുന്ന ഫ്ളാറ്റ് സമുച്ചയത്തിന്റെ പെരുക്കത്തിൽ സ്ഥലം തിട്ടപ്പെടുത്താൻ കഴിഞ്ഞില്ല. അപ്പോഴേക്കും വീണ്ടും എസ് എം എസ് ശബ്ദിച്ചു.

"Where are you now?"

ഹാഫിസാണ്.

പറഞ്ഞ സമയത്തെത്തുമെന്ന് രണ്ടുപേർക്കും മറുപടി കൊടുത്തു.

ഷൊർണ്ണൂരിൽ ഹാഫിസിന്റെ വണ്ടി വരുന്നതും കാത്തിരിക്കുമ്പോൾ മദ്യവിരുദ്ധ സമിതിയുടെ ചില പോസ്റ്ററുകൾ സ്റ്റേഷനിൽ പതിച്ചിരിക്കുന്നത് രാമചന്ദ്രൻ ശ്രദ്ധിച്ചു. ഏതോ വാർഷികയോഗത്തിന്റേതാണ്. അവർ തന്നെ മുൻകൈയെടുത്ത് മദ്യമുക്തി സാദ്ധ്യമാക്കുന്ന ഒരു കേന്ദ്രമുണ്ട് ചാലക്കുടിക്കടുത്ത്. അവിടേക്കാണ് ആദ്യം പീതാംബരനെ കൊണ്ടുപോയത്. മൂന്നം ദിവസം കരഞ്ഞു ബഹളമുണ്ടാക്കി അവിടെ നിന്നും ചാടിപ്പോന്നു. പിന്നീടാണ് ബാംഗ്ലൂരിലെ ചീണ്ടാൻസിലേക്ക് മാറ്റിയത്.

ഇന്ത്യയിലെ പ്രമുഖ റിഹാബിലിറ്റേഷൻ സെന്റർ.

അവിടേയും കഷ്ടിച്ച് ഒരാഴ്ചയേ നിന്നുള്ളൂ. പീതാംബരനെപ്പോലെ ഒരു മദ്യപനെ അപൂർവ്വമായേ കണ്ടിട്ടുള്ളുവെന്ന് ചികിത്സിച്ച ഡോക്ടർ പറഞ്ഞു.

"മദ്യം നിർത്തണമെന്ന് ആദ്യം അവനവനു തോന്നണം" ഡോക്ടർ അനുഭവം പങ്കുവെച്ചു. "എങ്കിലേ ഞങ്ങൾക്ക് രക്ഷിക്കാൻ പറ്റൂ... അല്ലാതെ ഞങ്ങളുടെ കൈയിൽ ഇതിന് മാജിക്കൊന്നുമില്ല."

അവസാന പ്രതീക്ഷയും അസ്തമിച്ചപ്പോൾ പീതാംബരനെ അവന്റെ വഴിക്ക് വിടുകയായിരുന്നു. കൂടെ നടക്കുന്നത് ദുഷ്പേരുണ്ടാക്കുമെന്ന് തോന്നിയപ്പോൾ അകന്നു. ഒരു ഘട്ടത്തിൽ തീർത്തും കാണാതായി.

വർഷങ്ങൾക്കുശേഷം ഹാഫിസിനെ കണ്ടപ്പോൾ എന്തു പറയണം ചോദിക്കണം എന്നറിയാതെ രാമചന്ദ്രൻ തരിച്ചു. വണ്ടി പത്തുമിനിറ്റേ വൈകിയുള്ളു. ഇനി ജോസും കൂടി എത്തിയാൽ പുറപ്പെടാം.

"രമയുടെ ന്യൂസ് വല്ലതും?"

ചായ ചൂടാറ്റുമ്പോൾ ഹാഫിസ് ചോദിച്ചു.

"വിവരമറിയിച്ചിട്ടുണ്ടത്രെ... വന്നാൽ വന്നു... അത്രേന്നെ..."

"മോള്.."

മകളുടെ കാര്യവും വ്യത്യസ്തമല്ലെന്ന് രാമചന്ദ്രൻ കൂട്ടിച്ചേർത്തു. ജോസിന്റെ വിളിയും കാത്ത് പ്ലാറ്റ്ഫോമിൽ ഇരിക്കുമ്പോൾ പീതാംബരന്റെ അസുഖത്തെക്കുറിച്ചായി വീണ്ടും സംസാരം. 'ഫാറ്റി ലിവർ' എന്ന സ്റ്റേജിൽ സൂക്ഷിച്ചാൽ രക്ഷപ്പെടുമായിരുന്നുവത്രെ. ആ അവസ്ഥയിലും ആടിക്കളിച്ചതാണ് അപകടമായത്.

"എ ക്ലിയർ കേസ് ഓഫ് ലിവർ സിറോസിസ്.."

കൃഷ്ണൻകുട്ടി പറഞ്ഞറിഞ്ഞ വിവരങ്ങൾ രാമചന്ദ്രൻ ഹാഫിസിന്റെ ഇലയിൽ വിളമ്പി.

ബസ് സ്റ്റാന്റിൽ എത്തിയതും ജോസ് വിളിച്ചു.

"നിങ്ങൾ പെട്ടെന്ന് എത്തില്ലേ?"

വർഷങ്ങളുടെ വിദൂരതയിൽ മൂന്നു സുഹൃത്തുക്കൾ സംഗമിക്കുകയാണ്.

കുശലാന്വേഷണങ്ങൾ കഴിഞ്ഞതും ജോസ് പറഞ്ഞു.

"ഞാൻ ഒരു സ്മാൾ കഴിക്കാ... നിങ്ങളും കൂടുന്നോ.."

രാമചന്ദ്രൻ ഹാഫിസിന്റെ മുഖത്തേക്കു നോക്കി. ഹാഫിസ് ജോസിന്റെ മുഖത്തേക്കും. ഈ സമയത്ത് ഇതു വേണോ എന്ന മട്ടിൽ.

"കുറച്ചായി ഞാൻ കഴിക്കാറില്ല ജോസ്..."

അവസാനം ഹാഫിസ് പറഞ്ഞു.

"ഞാനും..." രാമചന്ദ്രൻ കൂടെ കൂടി.

"ആയിക്കോട്ടെ...", ജോസ് ധൃതി കാണിച്ചു. "ഒരുപാട് കാലംകൂടി മൂന്നുപേരും കണ്ടുമുട്ടുന്നതല്ലേ... അതിന്റെയൊരു സെലിബ്രേഷൻ..."

ഹാഫിസ് മടിച്ചു മടിച്ചു നില്ക്കുന്നതുകണ്ട് ജോസ് പ്രോത്സാഹിപ്പിച്ചു.

"വാ... വളരെ ചെറുതൊന്ന്.."

"സ്മെല്ലടിക്കില്ലേ ജോസ്?"

"അവിടെ ആർക്കാണ് നമ്മെ അറിയുക?"

മരണവീട്ടിൽ എത്തിപ്പെടുന്നതിന്റെ സംഘർഷം അയഞ്ഞുകിട്ടാൻ വളരെ ചെറുതൊന്ന് സഹായകമാവുമെന്ന് രാമചന്ദ്രന് തോന്നി.

"സ്മെല്ലടിക്കാത്ത സാധനങ്ങളുണ്ട് വാ..."

ജോസ് ഹാഫിസിന് ധൈര്യം കൊടുത്തു.

"ഓരോന്ന് കഴിച്ച് നമുക്ക് പെട്ടെന്ന് പുറപ്പെടാം..."

രാമചന്ദ്രനും പിന്താങ്ങിയപ്പോൾ ഹാഫിസിന്റെ കെട്ടഴിഞ്ഞു.

അനന്തരം മൂന്നുപേരും കൂടി അടുത്തു കണ്ടൊരു ബാറിന്റെ ഉച്ചബഹളത്തിലേക്ക് നടന്നു കയറി.

വിരുന്ന്

പിഞ്ചുകുഞ്ഞായിരുന്നു. തൊലിമിനുപ്പിലെ കറുപ്പും വെള്ളിയും ഇഴ കലർന്ന കെട്ടുകൾ അത് ശംഖുവരയനാണെന്നു തോന്നിച്ചു. നാലോ അഞ്ചോ നാൾ പ്രായമുള്ള ഒരു പിടുക്കാച്ചി.

അപ്പോഴേക്കും പഠിപ്പുമുറിയിൽനിന്ന് നിഖിൽ എത്തി.

"ശംഖുവരയൻ?"

"യെസ്..."

"ക്രെയ്റ്റ് ന്നല്ലേച്ചാ ഇംഗ്ലീഷിൽ പറയ്വാ?"

"അതെ.... നാട്ടിൽ വെള്ളിക്കട്ടൻ എന്നു പറയും..."

"വെനമസ്?"

"ഒഫ്കോഴ്സ്..."

വളർച്ചയെത്തിയ ശംഖുവരയനാണെങ്കിൽ ആറു മില്ലിഗ്രാം വിഷം മതി ഒരു ജീവൻ അപഹരിക്കാൻ. ശ്വാസകോശത്തിന്റെ പ്രവർത്തനമാണ് ബാധിക്കപ്പെടുക. മരണം ഉറപ്പാക്കുന്ന ഉഗ്രജാതി.

ഇതു പക്ഷേ, പിഞ്ചുകുഞ്ഞ്. കൈകൊണ്ട് പിടിക്കാം വേണമെങ്കിൽ.

"വൈ ഡോണ്ട് വി ഡു ദാറ്റ്?"

"എന്നിട്ട്?"

"സ്നേക് പാർക്കിലേക്ക് ഡൊണേറ്റ് ചെയ്യാം..."

"ഏയ് അതൊന്നും നടക്കില്ല...കൊല്ലാതെ പുറത്താക്കാൻ പറ്റുമോ എന്നു നോക്കാം..."

പെട്ടെന്നാണ് ഓർത്തത്. തുണി ഉണങ്ങാനിടുന്ന ഷെഡ്ഡിന്റെ കമ്പിയിൽ ഇതെങ്ങനെ കയറിപ്പറ്റി? ചുവരിലൂടെ ഇഴഞ്ഞ് മുകളിലേക്ക് കയറാൻ വലിയ പാമ്പുകൾക്കു പോലും കഴിയില്ല. തെന്നി താഴെ വീഴും. പിന്നെയെങ്ങനെ ഇത്രയും പോന്ന ഒരു ചെറുമ്പൻ മുകളിൽ കയറിക്കൂടി?

വല്ല കാക്കകളും ഷെഡ്ഡിന്റെ മുകളിൽ കൊണ്ടിട്ടതായിരിക്കും. ഷീറ്റിലൂടെ ഇഴഞ്ഞിറങ്ങി അത് കമ്പിയിലേക്ക് പ്രവേശിച്ചിരിക്കും.

വിദൂരതയിൽ ഒരു തീവണ്ടി സാവകാശം നീങ്ങുന്നതുപോലെ തുണിക്കമ്പിയിലൂടെ പാമ്പിൻകുഞ്ഞ് പതുക്കെ ഇഴയുന്നത് അയാൾ കൗതുകത്തോടെ നോക്കി നിന്നു.

"ബെറ്റർ വി കിൽ ഇറ്റ്..."

നിഖിൽ ഒരു വടിയുമായി എത്തി.

"അരുത്...പാമ്പിനെ കൊല്ലരുത്..."

അയാൾ വടി പിടിച്ചു വാങ്ങി.

"ഇറ്റീസ് പോയസ്നസ് ഡാഡ്...ഹൗ വിൽ വീ ലിവ് ഹിയർ?"

പല്ലു പോലും മുളച്ചിട്ടില്ലാത്ത ഈ ചെറിയ പാമ്പിൻകുഞ്ഞ് നിന്നെ എന്തു ചെയ്യും? വേദനിപ്പിച്ചാലല്ലാതെ ഒരു പാമ്പും കടിക്കില്ല. മണ്ണാറശാലയിൽ ഉരുളി കമിഴ്ത്തിയും പെരളശ്ശേരിയിൽ സർപ്പത്തല കാണിക്ക സമർപ്പിച്ചിട്ടുമാണ് നീയുണ്ടായതെന്ന് നിനക്കറിയുമോ?

മകൻ അയാളുടെ കൈയിൽനിന്നും വടി തട്ടിയെടുക്കാൻ ശ്രമിച്ചു.

"നിഖിൽ നോ..."

അയാൾ ഒന്നു കണ്ണുരുട്ടിയപ്പോൾ അവൻ പിൻവാങ്ങി.

"യു ഡു ആസ് യു ലൈക്ക്..."

അവൻ പഠിപ്പുമുറിയിലേക്ക് മടങ്ങി.

ശംഖുവരയൻ കുഞ്ഞ് കമ്പിയിലൂടെ നീങ്ങുന്നുണ്ടെന്നല്ലാതെ അതിന് ഒരു ലക്ഷ്യപ്പുള്ളി ഇല്ലെന്നു തോന്നി. ദിശാബോധമില്ലാതെ അത് ഇഴഞ്ഞുകൊണ്ടിരുന്നു.

പുതുവീട്ടിൽ താമസം തുടങ്ങിയ മുതൽദിനം ഇങ്ങനെയൊരു വിഷവീര്യനെ കണ്ടത് ഒരു ദുർന്നിമിത്തമായി നിർമ്മല വിലയിരുത്തി.

"രാവിലെ തിളച്ചു പൊന്തി പാല് കാലിൽ വീണപ്പഴേ എനിക്ക് ദുശ്ശകുനം തോന്നീതാ..."

അവൾ കരയാനുള്ള തയ്യാറെടുപ്പിലായിക്കഴിഞ്ഞിരുന്നു.

"അത് നമ്മുടെ അശ്രദ്ധകൊണ്ട് പറ്റീതല്ലേ?"

അയാൾ ആശ്വസിപ്പിക്കാൻ ശ്രമിച്ചപ്പോൾ നിർമ്മല അതിനെ ഒരു മറുചോദ്യം കൊണ്ട് നേരിട്ടു.

"അപ്പൊ ആരുടെ അശ്രദ്ധ കൊണ്ടാണ് പാമ്പ് ഷെഡ്ഡിൽ കയറീത്?"

അയാൾക്ക് പെട്ടെന്നുത്തരം പറയാൻ കഴിഞ്ഞില്ല. ഈയിടെ അടുത്തുള്ള രണ്ടു മൂന്നു വീടുകളിലും പാമ്പുകളെ കണ്ടതായി താമസക്കാർ പറയുകയുണ്ടായി. പണ്ട് കാടും തരിശുമായി കിടന്ന സ്ഥലങ്ങളെല്ലാം റെസിഡൻഷ്യൽ കോളനികളായി മാറുന്ന ഈ കാലത്ത് ഒറ്റയ്ക്കും തെറ്റയ്ക്കും ഇഴജന്തുക്കളെ കാണുന്നത് അത്ര ഗൗരവത്തോടെ കാണേണ്ട കാര്യമാണോ? അവർ സ്വൈരമായി വിഹരിച്ചിരുന്ന സ്ഥലത്തേക്കാണ് മനുഷ്യൻ ജെ സി ബിയും മറ്റു യന്ത്രസാമഗ്രികളുംകൊണ്ട് കടന്നുകയറ്റം നടത്തുന്നത്. അപ്പോൾ ദിശാബോധം വെടിഞ്ഞ് പരിഭ്രാന്തരായി അവർ

അറിയാത്ത ദിക്കുകളിൽ അവതരിക്കുന്നതിൽ എന്താണ് ദുർന്നിമിത്തം? അതിനേയും തിളച്ച പാൽ കാലിൽ വീണതിനേയും കൂട്ടിക്കുഴയ്ക്കുന്നതെന്തിന്?

"ഓ...ഞാനെന്തു പറഞ്ഞാലും എതിർക്കലാണ് നിങ്ങളുടെ പണി?"

നിർമ്മല കഴുത്തു വെട്ടിച്ചു.

കുഞ്ഞുപാമ്പ് ഇപ്പോൾ ഒന്നു നിന്നു. തുണിക്കമ്പി താഴേക്ക് വളഞ്ഞ ദിക്കായിരുന്നു. അവിടെ എന്തു ചെയ്യണമെന്നറിയാതെ അത് ഒന്നു സങ്കോചിച്ചു. ഇത്രയും നേരം നേർരേഖയായിരുന്ന സഞ്ചാരപഥം പെട്ടെന്നെന്തേ വളഞ്ഞു പോയതെന്ന് അതിന്റെ കുഞ്ഞുബുദ്ധിയിൽ ഒരാശയക്കുഴപ്പം ഉണ്ടായതാവാം.

"വല്ല രാഹുദോഷവും കാണുമോ?"

തിളച്ചു പൊന്തിയ പാൽ കാലിൽ വീണതിൽനിന്നും നിർമ്മല ഗ്രഹദോഷങ്ങളിലേക്ക് തിരിഞ്ഞു. മണ്ണാറശാലയിലെ സർപ്പക്ഷേത്രത്തിലേക്ക് എല്ലാ വർഷവും ഒരു ദർശനം പതിവുള്ളതാണ്. എന്നോ ഏതോ ജ്യോത്സ്യൻ കുറിച്ചു കൊടുത്ത ദോഷപരിഹാരം.. ഇപ്പോൾ വീടുപണിയുടേയും മറ്റും തിരക്കിൽപ്പെട്ട് രണ്ടു വർഷമായി അത് മുടങ്ങിക്കിടപ്പാണ്.

"എന്തു കാരണങ്ങൾ വേണമെങ്കിൽ കണ്ടെത്താം", അയാൾ പ്രായോഗികനായി. "ഇപ്പോൾ ഇതിനെ കൊല്ലാതെ പുറത്താക്കാൻ ഒരു വഴി പറയൂ.."

നിർമ്മലയ്ക്ക് ഒന്നും നിർദ്ദേശിക്കാനില്ലെന്നു കണ്ടപ്പോൾ അയാൾ ആലോചിച്ചു. വടി കൊണ്ട് താഴേക്ക് തട്ടിയിടാം. താഴെ വീണു കഴിഞ്ഞാൽ ചൂലുകൊണ്ട് പതുക്കെ നീക്കി പുറത്താക്കാം. ഷെഡ്ഡിൽനിന്നും പുറത്തേക്കുള്ള പടി പക്ഷേ, അല്പം ഉയർച്ചയുള്ളതാണ്. ആ ഭാഗം ചൂലുകൊണ്ട് തട്ടി ഉയർത്താൻ കഴിയില്ല. പിന്നെ വേണമെങ്കിൽ ബക്കറ്റുകൊണ്ട് മൂടി വെക്കാം. നാളെ വല്ല പണിക്കാരേയും വിളിച്ച്...

"ഷെഡ്ഡിനുള്ളിൽ പാമ്പിനേയും വെച്ചുകൊണ്ട് രാത്രി മുഴുവൻ കഴിച്ചുകൂട്ട്വേ?"

നിർമ്മല പേടിത്തൂറിയെപ്പോലെ വിറച്ചു.

അയാളുടെ ബുദ്ധിയിൽ പൊടുന്നനെ ഒരാശയം ഉദിച്ചു. ഒരീർക്കിൽ കമ്പെടുത്ത് പതുക്കെ തുണിക്കമ്പിയിൽ തട്ടുക. പാമ്പിൻകുഞ്ഞ് മന്ദം മന്ദം ഇഴഞ്ഞ് കമ്പിയുടെ അറ്റത്തെത്തുമ്പോൾ കമ്പിയെ ബന്ധിച്ചിരിക്കുന്ന അഴികൾക്കിടയിലൂടെ ചൂലുകൊണ്ട് തട്ടി അതിനെ പുറത്താക്കുക. ബാക്കി കാര്യങ്ങൾ രാവിലെ നോക്കാം.

പിന്നിൽ എന്തോ അനക്കം കേട്ട് തിരിഞ്ഞു നോക്കിയപ്പോൾ കൈയിൽ പുസ്തകവുമായി നിഖിൽ. അല്പം മുമ്പ് ദേഷ്യപ്പെട്ടു പോയ അവൻ കാര്യങ്ങൾ എവിടം വരെയെത്തി എന്നറിയാൻ വന്നതാണ്.

നിർമ്മല ഒരീർക്കിൽക്കമ്പുമായി വന്നപ്പോൾ പെട്ടെന്ന് തുണിക്കമ്പിയിൽ ഒരു ശബ്ദം കേട്ടു. കമ്പിയുടെ മറുവശത്തുനിന്നും ഇഴഞ്ഞു വന്ന

മറ്റൊരു പാമ്പ് നൊടിവേഗത്തിൽ ശംഖുവരയൻ കുഞ്ഞിനെ വിഴുങ്ങി അകത്താക്കി.

അത് നോക്കി നില്ക്കാൻ കെല്പില്ലാതെ നിഖിൽ പുസ്തകം താഴെയിട്ട് അകത്തേക്കോടി. തങ്ങൾ വീട് പണിയാൻ തെരഞ്ഞെടുത്തത് പാമ്പുകളുടെ വാസസ്ഥലമാണെന്നോർത്തോ സർപ്പദേവതകളുടെ ശാപത്തുടർച്ചയാണിതെന്നോർത്തോ രോദനത്തിന് തുല്യമായ ഒരു നിലവിളിയോടെ നിർമ്മല മോഹാലസ്യത്തിലേക്ക് മറിഞ്ഞു.

എന്തു ചെയ്യണമെന്നോ പറയണമെന്നോ അറിയാതെ അസ്തപ്രജ്ഞനായി നില്ക്കുമ്പോൾ ശംഖുവരയൻ കുഞ്ഞിനെ വിഴുങ്ങിയ പാമ്പ് വന്ന വേഗത്തിൽ തുണിക്കമ്പിയിലൂടെ പുറത്തേക്ക് പാഞ്ഞു.

പേമാരി

മഴ തന്നെ.

നല്ല വലിയ മഴ. അടുത്തൊന്നും നില്ക്കുമെന്ന് തോന്നാത്തവിധം പൊരിഞ്ഞ മഴ.

നോക്കുമ്പോൾ കുട കാണാനില്ല. കോളനിമുറ്റത്തെ സ്റ്റാന്റിൽ ഓട്ടോയും കണ്ടില്ല.

ഹൗസിങ് ലോണിന്റെ മാസത്തവണ അടയ്ക്കേണ്ട അവസാന തീയതി ഇന്നാണ്. ബാങ്കിൽനിന്ന് ഓർമ്മപ്പെടുത്തൽ എസ് എം എസ് വന്നിരുന്നു. സാധാരണ അവസാന തീയതിവരെ കാക്കാറില്ല. ഒന്നോ രണ്ടോ ദിവസം മുമ്പുതന്നെ അടയ്ക്കും. ഈ മാസം വിചാരിക്കാത്ത ചെലവുകൾ കീശ കാലിയാക്കി. മുമ്പൊരിക്കൽ 'ഡെഡ്ലൈൻ' ഭേദിച്ചതിന് മാനേജർ വിളിച്ചുവരുത്തി മുന്നറിയിപ്പുതന്നിരുന്നു. ആവർത്തിച്ചപ്പോൾ ബാങ്കിൽനിന്ന് നോട്ടീസ് വന്നു. സ്ഥിരമായി വീഴ്ചവരുത്തിയാൽ വസ്തു ജപ്തി ചെയ്യാൻ ബാങ്കിന് വകുപ്പുണ്ട്. ആധാരം കൈയിലുള്ളതിനാൽ അവർക്കത് എളുപ്പമാണ്. അതിനാൽ 'മരണരേഖ' ദിവസം എവിടെനിന്നെങ്കിലും സ്വരൂപിച്ച് അടയ്ക്കാറാണ് പതിവ്.

ഈ മാസം വീഴ്ചവരുത്താതെ അടയ്ക്കേണ്ട അവസാന തീയതി ഇന്നാണ്. നോക്കുമ്പോൾ കാശ് തികയുന്നില്ല. മാനേജരെ നേരിട്ടു കണ്ടപേക്ഷിച്ചാൽ രണ്ടോ മൂന്നോ ദിവസം നീട്ടിക്കിട്ടുമായിരിക്കും. കഴിഞ്ഞ മാസം രാധികയുടെ വള രക്ഷയ്ക്കെത്തി. ഈ മാസം രമേഷ് മേനോൻ സഹായിക്കും. പക്ഷേ, മഴ. നല്ല വലിയ മഴ. അടുത്തൊന്നും നില്ക്കുമെന്ന് തോന്നാത്തവിധം പൊരിഞ്ഞ മഴ.

നോക്കുമ്പോൾ കുട കാണാനില്ല. കോളനി മുറ്റത്തെ സ്റ്റാന്റിൽ ഓട്ടോയും കണ്ടില്ല.

മഴയില്ലാതായിട്ട് കാലം കുറച്ചായി. പൊള്ളുന്ന വേനൽ തന്നെ എപ്പോഴും. മുടിഞ്ഞ ജലക്ഷാമവും. എവിടെയും കെട്ടിടങ്ങൾ, അപ്പാർട്ട്മെന്റുകൾ, വില്ലകൾ, ബിസിനസ് കേന്ദ്രങ്ങൾ, മാളുകൾ... വന്നു വന്ന് കുഴിച്ചാലും വെള്ളംകിട്ടാത്ത അവസ്ഥയായി. ഇരുന്നൂറും മുന്നൂറും അടി കീഴെ ജലയന്ത്രങ്ങൾ ഇരമ്പുമ്പോൾ മാത്രം ജലം മുഖം നീട്ടുന്ന അവസ്ഥ. കുറേക്കഴിയുമ്പോൾ കുഴൽക്കിണറും പരാജയം സമ്മതിച്ച് പിൻവാങ്ങുമായിരിക്കും. മഴയ്ക്കു മാത്രമേ ഭൂമിയെ (മനുഷ്യനെയും) രക്ഷിക്കാൻ കഴിയൂ എന്ന് പരിസ്ഥിതി ഗവേഷകന്റെ റിപ്പോർട്ടുണ്ടായിരുന്നു കഴിഞ്ഞാഴ്ച ഹിന്ദുവിൽ. ആഴ്ചയിലൊരിക്കൽ രണ്ടു മണിക്കൂർ മാത്രമാണ് ശിരുവാണി വെള്ളം വരുന്നത്. അത് ശേഖരിച്ചുവച്ചാൽത്തന്നെ ആവശ്യത്തിന് തികയില്ല. നഗരത്തിൽ പലയിടത്തും സമ്പന്നർക്കുമാത്രം വാങ്ങാൻ കഴിയുന്ന ഉല്പന്നമായി മാറിയിരിക്കുന്നു ജലം. ഇവിടേയും ഇടയ്ക്കെല്ലാം പൈസ കൊടുത്ത് വാങ്ങേണ്ടിവരുന്നു. അതും വലിയൊരു സംഖ്യയാണ്, ചില മാസങ്ങളിൽ.

കഴിഞ്ഞമാസം തലനിറനെ കുരുക്കൾ ചിണർത്തു. എപ്പോഴും ചൊറിയണം എന്ന തോന്നൽ. ചൊറിഞ്ഞു ചൊറിഞ്ഞ് ചിലതെല്ലാം മുറിഞ്ഞൊലിച്ചു. ചിലത് പഴുത്തു. എണ്ണ തേച്ച് തല കുളിക്കാത്തതാണ് കാരണമെന്ന് ഡോക്ടർ. മരുന്നിനു പുറമെ വൃത്തിയായി തലയും കുളിക്കണമെന്ന് അദ്ദേഹം നിഷ്കർഷിച്ചു. പക്ഷേ, വെള്ളം? മിനറൽ വെള്ളം ഉപയോഗിച്ചാണ് നഗരത്തിൽ സമ്പന്നർ തല കുളിക്കുന്നതെന്ന് ഡോക്ടർ പാതി വായിൽ ചിരിച്ചു. കൈയിൽ കാശുള്ളവന് തല മാത്രമല്ല മേലും കഴുകാം. ചില സിനിമാ നടികൾ മിനറൽ വെള്ളത്തിലാണ് കുളിക്കുന്നതെന്ന് ഏതോ കമ്പനിയുടെ പരസ്യമുണ്ടായിരുന്നു കഴിഞ്ഞാഴ്ച. കുളി പോയിട്ട് മുഖം കഴുകാൻ പോലും തന്റെ കൈയിൽ കാശ് തികയില്ല, ഇന്നത്തെ ചുറ്റുപാടിൽ.

നഗരത്തിന്റെ ഉള്ളോട്ടു പോവുമ്പോൾ ചില വീടുകളോട് ചേർന്ന് മഴവെള്ള സംഭരണി കാണാം. മഴയില്ലാതെ സംഭരണിയുണ്ടായിട്ടെന്തു കാര്യം?

മിനിഞ്ഞാന്ന് രാത്രി നാലു വീടപ്പുറത്ത് ആനകൾ പ്രത്യക്ഷപ്പെട്ടുവത്രെ. പശുക്കൾക്ക് വെള്ളം പാറ്റിവച്ചിരുന്ന കരിങ്കൽത്തൊട്ടിയിൽനിന്ന് മുഴുവനും കുടിച്ചുതീർത്തു. പശുക്കളുടെ അമറൽ കേട്ട് ചിദംബരം വാതിൽ തുറന്നുനോക്കുമ്പോൾ ഒരു കൊമ്പനും പിടിയനും കുട്ടിയാനയും. അയാളും അമറി.

ആനകൾ സ്വതന്ത്രമായി വിഹരിച്ചിരുന്ന ഭൂപ്രദേശങ്ങളാണ് ഇപ്പോൾ റസിഡൻഷ്യൽ കോളനികളായി രൂപാന്തരപ്പെട്ടിരിക്കുന്നതെന്ന് സന്താനം പറഞ്ഞു.

“അവരെ നാം ഇവിടെനിന്ന് തുരത്തി... അവരുടെ സ്ഥലം കൈയേറി...,” സന്താനം ആംഗ്യത്തിൽ സാക്ഷ്യപ്പെടുത്തി. “ഇപ്പോൾ കാട്ടിൽ വെള്ളം കിട്ടാതെ അവർ അവരുടെ പഴയ സ്ഥലത്തേക്ക് തിരിച്ചെത്തിയി

രിക്കുന്നു..”

കണ്ണു മൂടിത്തുറക്കുന്ന വേഗത്തിലാണ് കുരങ്ങന്മാർ അടുക്കളയിൽ പ്രവേശിച്ച് ജലം അകത്താക്കുന്നതെന്ന് ജയലക്ഷ്മി അനുഭവം പറഞ്ഞു.

വേനലോടൊപ്പം പവർകട്ടും കൈ കോർത്തതോടെ ജീവിതം ദുസ്സഹമായി. പന്ത്രണ്ടും പതിമൂന്നും മണിക്കൂർ നീളുന്ന പവർക്കട്ടുകൾ... സ്വയം പ്രവർത്തനക്ഷമമാവാൻ വേണ്ട വൈദ്യുതിയില്ലാതെ ഇൻവർട്ടറുകളും നിഷ്ക്രിയരായി. മഴയ്ക്കുവേണ്ടി ജില്ലയിൽ പലയിടത്തും വലിയ പൂജകളും ഹോമങ്ങളും നടന്നു. തഞ്ചാവൂർ, കുംഭകോണം ഭാഗത്തുനിന്നാണ് വൈദികർ വന്നത്. ചില സ്ത്രീകൾ ‘ഉണ്ണാവ്രതം’ എടുത്തു. ആ പട്ടിണി കണ്ടിട്ടും ആകാശം കനിഞ്ഞില്ല.

ഇപ്പോൾ എല്ലാവരേയും ഞെട്ടിച്ചുകൊണ്ട് പൊടുന്നനെ ഒരു മഴ. നല്ല വലിയ മഴ. അടുത്തൊന്നും നില്ക്കുമെന്ന് തോന്നാത്തവിധം പൊരിഞ്ഞ മഴ.

നോക്കുമ്പോൾ കുട കാണാനില്ല. കോളനി മുറ്റത്തെ സ്റ്റാന്റിൽ ഓട്ടോയും കണ്ടില്ല.

ഒന്ന് ബാങ്കിൽ വിടണമെന്ന് പറഞ്ഞാൽ അയൽവീട്ടിലെ രാജാറാം വേണമെങ്കിൽ സഹായിക്കും. അയാൾക്ക് കാറുണ്ട്. ബാങ്ക് ലോണിന്റെ മാസത്തവണ തീയതി നീട്ടിക്കിട്ടുന്നതിന് മാനേജരെക്കണ്ടഭ്യർത്ഥിക്കാൻ അയാളോട് കാറെടുക്കാൻ ആവശ്യപ്പെടുന്നത് ശരിയല്ല, എത്രയൊക്കെ അടുപ്പമുണ്ടെങ്കിൽപ്പോലും. ഒരത്യാവശ്യത്തിന് ആശുപത്രിയിൽ പോകാനോ മറ്റോ ആണെങ്കിൽ മനസ്സിലാക്കാം.

ഉച്ചയ്ക്ക് രണ്ടുമണിവരെയാണ് ബാങ്ക്. അപ്പോഴേക്കും മഴ നില്ക്കുമെന്ന് കരുതാം. തല്ക്കാലം മാനേജരെ വിളിച്ച് കാര്യം പറയാം. നോക്കുമ്പോൾ ലൈൻ കിട്ടുന്നില്ല. എവിടെയെങ്കിലും മരംവീണ് കേബിളുകൾ കലഹിച്ചതാവാം. മൊബൈലാവട്ടെ ‘ഔട്ട് ഓഫ് കവറേജ്’ ഏരിയ.

മഴയ്ക്ക് പെട്ടെന്ന് ശക്തിവച്ചതുപോലെ തോന്നി. ഇത്രയും കാലം തിമർത്താടിയ വരൾച്ചയോട് കലിതീർക്കും പോലുള്ള മഴ. ഈ മഴ നിന്നിട്ട് ഇനി എപ്പോഴിറങ്ങാൻ? എങ്ങനെ മാനേജരെ കാണാൻ?

കാലം തല കീഴായിരിക്കുന്നുവെന്ന് അടുത്തിടെ ആരാണ് പറഞ്ഞത്? കർക്കടകത്തിൽ വെയിലും ചിങ്ങത്തിൽ മഴയുമായി ഋതുക്കൾ മാറിപ്പോയിരിക്കുന്നുവെന്ന് ഏതോ പത്രത്തിലും വായിച്ചു.

രാധിക ചായയുമായി വന്നു. സത്യത്തിൽ ഈ തണുപ്പത്ത് ഒരു ചായ നല്ലതാണ്. പക്ഷേ, കുടിക്കാൻ തോന്നിയില്ല. മനസ്സാന്നിദ്ധ്യമില്ലെങ്കിൽ ഒന്നും ചെയ്യാൻ കഴിയില്ല. ഒന്നും.

മകളുടെ സ്കൂൾ വാൻ പതിവിലും നേരത്തെ വന്നു. മഴ കാരണം സ്കൂൾ വിട്ടതാണത്രേ. കളക്ടറുടെ ഓർഡർ! മഴ നനഞ്ഞുകൊണ്ട് മകൾ കയറിവന്നു. തണുപ്പിറങ്ങി നീർക്കെട്ട് വരാതിരിക്കാൻ രാസ്നാദിപ്പൊടി നല്ലതാണ്. നോക്കുമ്പോൾ കാണാനില്ല.

വലിയൊരു ഇടിവെട്ടി. കറന്റും പോയി. നാളെ മോൾക്ക് പനി ഉറപ്പാ

ണ്. എവിടെയെങ്കിലും പാരസിറ്റമോൾ ഉണ്ടോ എന്നു നോക്കി. കണ്ടില്ല. വേണ്ടപ്പോൾ ഒന്നും കാണില്ല. സന്ദേഹം തീരാഞ്ഞ് വീണ്ടും വീണ്ടും തല തുവർത്തി. പനികളെ വിശ്വസിക്കാൻ കൊള്ളാത്ത കാലമാണ്. എന്തെല്ലാം തരം പനികളാണ്? കാറ്റുകൾക്ക് പല പേരുകൾ എന്നപോലെ പനികൾക്കും പലതരം പേരുകൾ. മഴകൾക്കും ഇനി പേരുകൾ വരുമായിരിക്കും....

മഴ കാരണം ബാങ്കിലേക്ക് വരാൻ കഴിഞ്ഞില്ല എന്നൊന്നും പറഞ്ഞാൽ മാനേജർ അവധി തരില്ല. പറഞ്ഞ തീയതിക്കുള്ളിൽ പണമടയ്ക്കും എന്ന ഉറപ്പിലാണ് ലോൺ അനുവദിച്ചിട്ടുള്ളത്. വ്യവസ്ഥകൾ മുദ്രപ്പത്രത്തിൽ ഒപ്പുവച്ച് ധാരണയായിട്ടുള്ളതാണ്. നോട്ടീസയച്ചിട്ടും വീഴ്ച വരുത്തിയതിനാണ് കല്യാണരാമന്റെ വീട് ജപ്തി ചെയ്തത്.

സത്യത്തിൽ ലോണടയ്ക്കൽ ലളിതവും സുതാര്യവുമാണ് ഇപ്പോൾ. കംപ്യൂട്ടറുണ്ടെങ്കിൽ വീട്ടിലിരുന്ന് ഓൺലൈനായി അടയ്ക്കാം. അതിലും എളുപ്പത്തിൽ മൊബൈലിലൂടെ അടയ്ക്കാം. പുതിയ കാലത്തിന്റെ അത്ഭുതകരമായ കണ്ടെത്തലാണ് ഇന്റർനെറ്റ് ബാങ്കിങ്. ഇതെല്ലാം നടക്കണമെങ്കിൽ അക്കൗണ്ടിൽ പണം വേണമെന്ന് മാത്രം. തന്റെ കൈയിൽ ഇല്ലാത്തതും അതാണ്. വാക്കാൽ ഉറപ്പു തന്നിട്ടുണ്ടെങ്കിലും കാര്യത്തോടടുക്കുമ്പോൾ രമേഷ് മേനോൻ മുങ്ങുമോ? വിളിച്ചാൽ ഫോൺ എടുക്കുന്നില്ല. ഒരു എസ് എം എസ് അയയ്ക്കാം.

മഴയ്ക്ക് പിന്നെയും കരുത്തുവച്ചതുപോലെ തോന്നി. പകൽ പെട്ടെന്ന് രാത്രിയായതുപോലെ. മഴ ശക്തിയിൽ സൂര്യൻ അണഞ്ഞുപോയിരിക്കും. പെട്ടെന്ന് അന്തരീക്ഷമാകെ ഇരുട്ടു കയറി. മരങ്ങൾ കടപുഴകി. നിരത്തുകളിൽ മഴവെള്ളം ഇരച്ചു കയറി. മരങ്ങൾ പിന്നെയും വീണു.

ബാങ്കിന്റെ കംപ്യൂട്ടറൈസ്ഡ് എസ് എം എസ് വീണ്ടും ശബ്ദിച്ചു. 'മരണരേഖ' എന്ന ഓർമ്മപ്പെടുത്തൽ. നോക്കുമ്പോൾ നേരം ഒരു മണി. ഊണ് വിളമ്പി വച്ചിട്ടുണ്ടെന്ന് രാധിക വിളിച്ചു. വിശപ്പു തോന്നിയില്ല. ഒരിക്കൽക്കൂടി മാനേജരെ വിളിച്ചു നോക്കി. തദൈവ!

തൊട്ടുനോക്കുമ്പോൾ മകൾക്ക് ചെറുതായി പനിക്കുന്നുണ്ട്. അത്യാവശ്യത്തിന് ഒരു പാരസിറ്റമോൾ പോലും ഇല്ലാത്ത വീട് ഒരു വീടാണോ? രണ്ടും കല്പിച്ച് ഒരു കുടയുമെടുത്ത് ഇറങ്ങി. കുട പറന്നു പോവുമായിരിക്കും. ആകെ നനഞ്ഞു വശം കെടുമായിരിക്കും. നീർക്കെട്ടും പനിയും വരുമായിരിക്കും. സാരമില്ല. തവണത്തീയതി രണ്ടു ദിവസത്തേക്ക് നീട്ടിക്കിട്ടിയാൽ മതി. വിളിച്ചിട്ട് എടുക്കുന്നില്ലെങ്കിൽ രമേഷ് മേനോനെ നേരിൽച്ചെന്ന് പിടിക്കാം.

നിരത്തിൽ വാഹനങ്ങളൊന്നും കണ്ടില്ല. ആളുകളെയും കണ്ടില്ല. മഴ മാത്രം. നല്ല വലിയ മഴ. 'നൂറ്റാണ്ടിന്റെ മഴ' എന്ന് ചാനലുകാരെക്കൊണ്ട് പറയിപ്പിക്കുന്ന തരത്തിൽ ഒരു മഴ. നിരത്തിൽ മരക്കൂട്ടങ്ങൾ ബലിയാടുകളെപ്പോലെ ശിഖരം പിളർന്നുകിടന്നു. ജലപ്രതലത്തിൽ ശവപ്പെട്ടികൾ കണക്ക് ചെറുപീടികകൾ ഒഴുകി നടന്നു. കരിക്കിൻ തൊണ്ടുകൾ ഓട്ടപ്പ

ന്തയത്തിൽ എന്നപോലെ ജലോപരിതലത്തിൽ മത്സരിച്ചു.

ലോകാവസാനം ഇങ്ങനെയായിരിക്കുമെന്ന് ഏതോ ഋഷിവര്യൻ പറഞ്ഞത് ഓർമ്മയിലെത്തി. ഭൂമി മുഴുവൻ വെള്ളം വന്ന് മൂടുമത്രെ. പ്രളയം.. സർവ്വത്ര പ്രളയം. പ്രളയത്തിൽ എല്ലം നശിച്ച് നാമാവശേഷമാവും. വെള്ളമെല്ലാം ഇറങ്ങി ശാന്തമായ ജലമുഖത്ത് ഒരാലില മാത്രം പൊന്തി നില്ക്കും.

എങ്കിൽ നന്നായിരുന്നു എന്നു തോന്നി. മാസത്തവണ അടയ്ക്കേണ്ടല്ലോ. ബാങ്കിൽനിന്നും 'മരണരേഖ' അറിയിപ്പുമായി എസ് എം എസ് ശബ്ദിക്കില്ലല്ലോ.

ബാങ്കിൽ വെള്ളം കയറി ജീവനക്കാരെല്ലാം പുറത്തുപോയിരുന്നു. ബാങ്കിലെ ഫയലുകളെല്ലാം വെള്ളത്തിൽ നനഞ്ഞു. ചീഞ്ഞ മുട്ടയുടെയും അളിഞ്ഞ കാബേജിന്റെയും മനം പുരട്ടുന്ന ഗന്ധം ബാങ്കിൽ നിറഞ്ഞു. എട്ടുകാലിയും പാറ്റയും പഴുതാരയും അലമാരകളിൽനിന്ന് മോചിതരായി അന്തരീക്ഷജലത്തിൽ പാറി നടന്നു. ഓളംപോലെ ഒരൊഴുക്ക് കഴുത്തറ്റം വന്ന് മൂടിയപ്പോൾ വേഗം പുറത്തുകടന്നു.

രക്ഷപ്പെട്ടു. ഇനി ബാങ്ക് മാനേജർക്ക് തനിക്കെതിരെ ഒരു നടപടിയും എടുക്കാൻ കഴിയില്ല. മാസത്തവണയടയ്ക്കാത്തത് തന്റെ തെറ്റല്ല. മഴവെള്ളം തടഞ്ഞുനിർത്താൻ ബാങ്ക് മുൻകരുതൽ എടുക്കണമായിരുന്നു.

നിരത്തിലൂടെ നടക്കുമ്പോൾ അത്ഭുതം, മറ്റു ബാങ്കുകളിലൊന്നും വെള്ളം കയറിയിട്ടില്ല. ഇന്ത്യൻ ബാങ്ക്, കനറാ ബാങ്ക്, ബാങ്ക് ഓഫ് ഇന്ത്യ, ബാങ്ക് ഓഫ് ബറോഡ, ദേനാ ബാങ്ക്, ഇന്ത്യൻ ഓവർസീസ് ബാങ്ക്, ഫെഡറൽ ബാങ്ക്, ആന്ധ്ര ബാങ്ക്, സിറ്റി യൂണിയൻ ബാങ്ക്, കരൂർ വൈശ്യ ബാങ്ക്, എസ് ബി ഐ, എസ് ബി ടി, സൗത്ത് ഇന്ത്യൻ ബാങ്ക്, പഞ്ചാബ് നാഷണൽ ബാങ്ക് ഒന്നിലും ജലസ്പർശമില്ല. ന്യൂ ജനറേഷൻ ബാങ്കുകളെ നോക്കി. അവിടെയും വെള്ളോട്ടമില്ല.

സഹകരണ ബാങ്കുകളിലും അർബൻ ബാങ്കുകളിലും ഗ്രാമീണ ബാങ്കുകളിലും വെള്ളം അതിക്രമിച്ചു കയറിയിട്ടില്ല. തനിക്ക് ലോൺ തന്ന ബാങ്കു മാത്രം എങ്ങനെ മഴയുടെ സംഹാരത്തിന് ഇരയായി?

നോക്കാം. ഒന്നുകൂടി നോക്കി നിജം വരുത്താം.

ചെരുപ്പുകൾ അറ്റ് പാദങ്ങൾ ചീർത്ത അയാൾ മഴവഴിയിലൂടെ ഒരിക്കൽക്കൂടി തന്റെ ബാങ്കിലേക്ക് നടന്നു.

9 789388 485296

Printed by Libri Plureos GmbH in Hamburg,
Germany